பம்பாய் கொள்ளையர்கள்

பம்பாய் கொள்ளையர்கள்

சத்யஜித் ரே

தமிழில் : வீ.பா. கணேசன்

BOOKS FOR CHILDREN

BOMBAY KOLLAIYARKAL (In Tamil)

by Satyajit Ray

In Tamil: **V.B.Ganesan**

First Edition: November, 2013

Originally Published under the Title *Bombaiyer Bombetey* (Bengali)   Published by: Desh - 1976

Published by

BOOKS FOR CHILDREN

im print of Bharathi Puthakalayam
7, Elango Salai, Teynampet, Chennai - 600 018
Email: thamizhbooks@gmail.com | www.thamizhbooks.com

பம்பாய் கொள்ளையர்கள்

சத்யஜித் ரே

தமிழில் : வீ.பா. கணேசன்
முதல் பதிப்பு: நவம்பர், 2013

வெளியீடு:

புக்ஸ் ஃபார் சில்ரன்
பாரதி புத்தகாலயத்தின் ஓர் அங்கம்
7, இளங்கோசாலை, தேனாம்பேட்டை, சென்னை - 600 018
தொலைபேசி : 044 24332424, 24332924, 24356935

விற்பனை உரிமை

7, இளங்கோ சாலை, தேனாம்பேட்டை, சென்னை - 600 018

விற்பனை மையம்

திருவல்லிக்கேணி: 48, தேரடி தெரு
வடபழனி: பேருந்து நிலையம் எதிரில் அடையார் ஆனந்தபவன் மாடியில்
பெரம்பூர்: 52, கூக்ஸ் ரோடு | **ஈரோடு:** 39, ஸ்டேட் பாங்க் சாலை
திண்டுக்கல்: 3சி18, எல்.ஜி.பி. காம்பவுண்ட் | **நாகை:** 1, ஆரியபத்திரபிள்ளை தெரு
திருப்பூர்: 447, அவினாசி சாலை | **திருவாரூர்:** 35, நேதாஜி சாலை
சேலம்: பாலம் 35. அத்வைத ஆஸ்ரமம் சாலை, | **சேலம்:** 15, வித்யாலயா சாலை
மயிலாடுதுறை: ரசாக் டவர், 1J,கச்சேரி சாலை | **மதுரை:** 37A, பெரியார் பேருந்து நிலையம்
அருப்புக்கோட்டை: 31, அகமுடையார் மகால் | **மதுரை:** சர்வோதயா மெயின்ரோடு,
குன்னூர்: N.K.N வணிகவளாகம் பெட்போர்ட் | **செங்கற்பட்டு:** 1டி., ஜி.எஸ்.டி சாலை
விழுப்புரம்: 26/1, பவானி தெரு | **சிதம்பரம்:** 22A/ 18B தேரடி கடைத் தெரு, கீழவீதி அருகில்
விருதுநகர்: 131, கச்சேரி சாலை | **கும்பகோணம்:** 352, பச்சையப்பன் தெரு
நெய்வேலி: பேருந்து நிலையம் அருகில் | **வேலூர்:** S.P. Plaza 264, பேஸ் II, சத்துவாச்சாரி
விருதாசலம்: 511A, ஆலடி ரோடு | **தஞ்சாவூர்:** காந்திஜி வணிக வளாகம் காந்திஜி சாலை
தேனி: 12,பி, மீனாட்சி அம்மாள் சந்து, இடமால் தெரு | **பழனி:** பேருந்து நிலையம்
கோவை: 77, மசக்காளிபாளையம் ரோடு, பீளமேடு | **திருவண்ணாமலை:** முத்தம்மாள் நகர்
திருச்சி: வெண்மணி இல்லம், கரூர் புறவழிச்சாலை | **திருநெல்வேலி:** 25A, ராஜேந்திரநகர்
நாகர்கோவில்: கேவ் தெரு, டோத்தி பள்ளி ஜங்ஷன்

அச்சு : சென்னை மைக்ரோ பிரிண்ட், சென்னை - 29

ஃபெலுடா கதைகள்

சத்யஜித் ரேயின் திரைப்படங்களைப் போலவே அவரது எழுத்துகளும் உலகப் புகழ்பெற்றவை. அவரது கலை மேதைமையை வெளிப்படுத்துபவை. ரேயின் பிரசித்தமான படைப்புகளில் ஒன்று ஃபெலுடா வரிசை கதைகள். இந்தத் துப்பறியும் கதைகளில் வெளிப்படும் அவருடைய எழுத்தின் வேகமும் சீற்றமும் பிரமிப்பூட்டக்கூடியது.

சிறுவயது முதல் துப்பறியும் கதைகள் மீது சத்யஜித் ரேக்கு மிகுந்த ஆர்வம் இருந்து வந்திருக்கிறது. பள்ளிக்கூட நாள்களிலேயே ஷெர்லக் ஹோம்ஸ் கதைகள் முழுவதும் படித்திருக்கிறார். ஒருவகையில் இந்த ஆர்வம்தான் வங்காள இலக்கியத்தின் ஷெர்லக் ஹோம்ஸ் என்று அழைக்கப்பட்ட, ஃபெலுடா கதாபாத்திரம் உருவாவதற்குக் காரணமாக இருந்தது.

ஃபெலுடா கதைகள் அனைத்தும் சத்யஜித் ரே நடத்திய **'சந்தேஷ்'** சிறுவர்கள் பத்திரிகையில்தான் முதலில் வெளியானது. ரேயின் அப்பா வழி தாத்தா உபேந்திர கிஷோர் ரேயினால் தொடங்கப்பட்டது **'சந்தேஷ்'** பத்திரிகை. அவரது காலத்துக்குப் பிறகு ரேயின் தந்தை சுகுமார் ரே இப்பத்திரிகையை நடத்தினார். ஆனால், பொருளாதார இழப்புகள் காரணமாகத் தொடர்ந்து நடத்த முடியாமல் இடையிலேயே நிறுத்திவிட்டார். சத்யஜித் ரே, மீண்டும் 1961ம் வருடம் **'சந்தேஷ்'** பத்திரிகையைத் தொடங்கி, தன் இறுதிக்காலம் வரைக்கும் நடத்தினார். ஃபெலுடா என்ற கதாபாத்திரத்தை உருவாக்கி, 'சந்தேஷி'ல் தொடர்ந்து துப்பறியும் கதைகள் எழுதினார்.

முதல் ஃபெலுடா கதை 'டார்ஜீலிங்கில் ஓர் அபாயம்' 1965ம் வருடம் வெளியானது. அப்பொழுது, தொடர்ந்து ஃபெலுடா கதைகள் எழுதும் திட்டம் எதுவும் ரேயிடம் இல்லை. ஆனால், 'டார்ஜீலிங்கில் ஓர் அபாயம்' கதைக்கு வங்காள வாசகர்கள் மத்தியில் கிடைத்த உற்சாக வரவேற்பு, அவரை தொடர்ந்து எழுதத் தூண்டியது. ரே, மொத்தம் 35 ஃபெலுடா கதைகள்

எழுதியுள்ளார். இதில் 34 கதைகள் அவரது ஆயுள் காலத்தில் வெளியானது. கடைசிக் கதையான 'மாய உலகின் மர்மம்' ரேயின் மறைவுக்குப் பிறகு 1995ம் வருடம் வெளிவந்தது.

துப்பறியும் நிபுணரான ஃபெலுடாவும், அவரது ஒன்றுவிட்ட சகோதரன் தபேஷும் தான் இக்கதைகளின் பிரதான பாத்திரங்கள். தபேஷ் சொல்வது போல கதைகளை எழுதியுள்ளார் ரே. 'தங்கக் கோட்டை' என்ற கதையிலிருந்து துவங்கி, வங்க மொழியில் ஜனரஞ்சகமான மர்மக்கதை எழுத்தாளராகப் புகழ்பெற்ற 'ஜடாயு' என்ற புனைபெயர் கொண்ட லால்மோகன் கங்குலி என்ற கதாபாத்திரம் இந்த இருவரோடும் இணைந்து கொள்கிறது. அவரது முக்கியமான சிறுவர் திரைப்படங்களான 'ஜோய் பாபா பெலுநாத்', 'சோனார் கெல்லா' ஆகியவை முறையே 'பிள்ளை யாருக்கு பின்னே ஒரு மர்மம்', 'தங்கக் கோட்டை' ஆகிய ஃபெலுடா கதைகளை அடிப்படையாகக் கொண்டு எடுக்கப் பட்டவைதான். ரேயின் மகன் சந்தீப் ரேயும் சில ஃபெலுடா கதைகளைத் திரைப்படமாக எடுத்துள்ளார்.

சிறுவர்களுக்காகவும் இளைஞர்களுக்காகவும்தான் ஃபெலுடா வரிசை கதைகளை சத்யஜித் ரே எழுதினார். என்றாலும், பெரியவர்களும் இக்கதைகளை விரும்பிப் படிக்கிறார்கள். வக்கிர உணர்வுகளைத் தூண்டும் துப்பறியும் கதைகளுக்கு மத்தியில், நாகரிகமான ஃபெலுடா கதைகள், துப்பறியும் கதைகளுக்கு ஓர் இலக்கிய அந்தஸ்தை வழங்குகின்றன.

ஆசிரியர்

சத்யஜித் ரே (மே 2, 1921-ஏப்ரல் 23, 1992) இருபதாம் நூற்றாண்டின் மிக முக்கியமான திரைப்பட இயக்குநர்களில் ஒருவர். ஓவியராக வாழ்க்கையைத் தொடங்கிய ரே, மொத்தம் 37 திரைப்படங்களையும், ஏராளமான ஆவணப்படங்களையும் இயக்கியிருக்கிறார். சத்யஜித் ரேயின் முதல் திரைப்படம், 'பதேர் பாஞ்சாலி' பதினொரு சர்வதேச விருதுகளைப் பெற்றது. 1992ல் ரேவிற்கு வாழ்நாள் சாதனைகளுக்கான ஆஸ்கர் விருது வழங்கப்பட்டது. ரே, ஒரு புகழ்பெற்ற எழுத்தாளரும்கூட. குழந்தைகளுக்காகவும் இளைஞர்களுக்காகவும் நிறைய எழுதி யிருக்கிறார். அவரது பன்முகத் திறமையில் ஒரு சிறு பகுதி இந்த எழுத்துக்களில் பிரதிபலிக்கிறது என்றே கூறலாம்.

மொழிபெயர்ப்பாளர்

வீ. பா. கணேசன் 35 ஆண்டுகளாக மொழிபெயர்ப்புப் பணியில் ஈடுபட்டு வருபவர். ஆங்கிலம், தமிழ் இரு மொழிகளிலும் எழுதுபவர். சத்யஜித் ரேயுடன் நேரடியாகப் பழகியவர். சென்னையில் இருந்த மேற்கு வங்க தகவல் நிலையத்தில் உதவி இயக்குநராக இருந்து விருப்ப ஓய்வுபெற்று, தற்போது 'ஹிந்து' நாளிதழின் இணையதளப்பிரிவில் மூத்த உதவி ஆசிரியராகப் பணிபுரியும் கணேசன், வங்காள மொழி நன்கறிந்தவர்.

ஒரு பின்னோட்டம்

முகவை மாவட்டத்தின் சின்னஞ்சிறு கிராமங்களில் உலகப் புகழ்பெற்ற திரைப்படங்களை திரையிட்டு மாற்றுத் திரைப்பட ரசனையை உருவாக்கி வந்தவர் 'குன்னாம் குன்னாம் குர்' அமைப்பின் தலைவர் செல்வம். சிறுவர்களுக்கென புத்தக வெளியீடு என்ற அவரது தாகத்தின் ஒரு பகுதியாக சத்யஜித் ரேயின் *ஜெய் பாபா ஃபெலுநாத்* என்ற திரைப்படத்தின் மூலக் கதையை தமிழில் கொண்டு வர விரும்பி என்னை அணுகினார்.

சத்யஜித் ரே குடும்பத்துடன் எனக்கு ஏற்கனவே அறிமுகம் இருந்ததால் தமிழ் மொழிபெயர்ப்பிற்கான அனுமதி எளிதாகவே கிடைத்தது. பணி முடிந்த நேரத்திலோ அதை நூல்வடிவில் கொண்டு வரும் நிதியில்லா நிலையை செல்வம் சந்திக்க நேர்ந்தது. கிழக்கு பதிப்பகத்தின் பத்ரி சேஷாத்ரியை அணுகிய போது, ஃபெலுடா வரிசை கதைகளில் நடுவில் ஒன்றை மட்டும் வெளியிடுவதை விட அனைத்துகதைகளையும் கால வரிசையின் அடிப்படையில் சத்யஜித் ரேயின் ஆளுமையை தமிழ் வாசகர்களிடம் கொண்டு செல்வது பொருத்தமாக இருக்கும் என்று ஆலோசனை கூறினார்.

அதன்படியே ஃபெலுடா வரிசை கதைகள் அனைத்தையும் தமிழில் மொழிபெயர்க்கும் உரிமையை சத்யஜித் ரே குடும்பத்தாரிடம் பெற்று முதல் 19 நூல்களை மொழி பெயர்த்து கிழக்கு பதிப்பகத்திடம் வழங்கினேன். அதில் முதல் 9 நூல்களை மட்டுமே அவர்களால் வெளியிட முடிந்தது. 4 ஆண்டுகால மௌனத்திற்குப் பிறகு பாரதி புத்தகாலய நிர்வாகி அவரது சிறுவர் வெளியீட்டு பிரிவில் மீண்டும் முழுமையாகக் கொண்டு வரலாம் என ஆலோசனை வழங்கினார். அதன்படி இப்போது முதல் 20 நூல்கள் உங்கள் கைகளில்.

சத்யஜித் ரேயின் பன்முக ஆளுமையை தமிழுக்கு அறிமுகம் செய்ய விரும்பிய 'குன்னாம் குன்னாம்குர்' அமைப்பின் தலைவர் செல்வம், அதை முழுமையாக கொண்டு செல்ல வேண்டும் என்ற உந்துதலை உருவாக்கிய கிழக்கு பதிப்பக நிறுவனர் பத்ரி சேஷாத்ரி, அவரது உதவியாளர் மருதன், இந்த முயற்சியை மீண்டும் உயிர்ப்பித்து அடுத்த கட்டத்திற்கு முன்னேற்றியுள்ள பாரதி புத்தகாலய தோழர்கள் மற்றும் அனைவரையும் இத்தருணத்தில் நினைவு கூர்ந்து நன்றி பாராட்டுகிறேன்.

வீ. பா. கணேசன்

ஒன்று

ஜடாயு என்கிற லால்மோகன்பாபு ஒருநாள் கையில் ஒரு இனிப்புப் பெட்டியை எடுத்துக் கொண்டு எங்கள் வீட்டிற்கு வந்தார். அது எனக்கு ஆச்சரியத்தை ஏற்படுத்தியது. ஏனென்றால் எங்கள் வீட்டிற்கு அவர் வரும்போது வழக்கமாகக் கொண்டு வந்ததெல்லாம் ஒரே ஒரு குடைதான். அவரது புது புத்தகம் வெளியானால் அதை ஒரு பார்சலாக கட்டி எடுத்துக் கொண்டு வருவார். அதுவும்கூட வருடத்திற்கு இரண்டு முறைதான். அதற்கும் மேலாக அல்ல. அன்றைக்கு அவர் கையில் கொண்டு வந்த இனிப்புப் பெட்டி மிர்ஜாபூர் தெருவில் கல்லோல் என்ற பெயரில் புதிதாக திறக்கப்பட்டிருந்த இனிப்புக்கடையிலிருந்து வந்ததாகும். தங்க நிறத்திலான ரிப்பனால் கட்டப்பட்டு அட்டைப்பெட்டியில் இருந்த அந்த இனிப்பு ரூ.25 விலையுள்ளது என்று பொறிக்கப்பட்டிருந்தது. அந்த அட்டைப் பெட்டியின் இரண்டு பக்கங்களிலும் நீல நிறத்தில் கல்லோலின் ஐந்து வகையான இனிப்புகள் என்று பொறிக்கப்பட்டிருந்தது. அதற்குள் 5 பிரிவுகள் இருக்கும் என்றும் அதன் ஒவ்வொரு பகுதியிலும் வெவ்வேறு விதமான இனிப்புகள் இருக்கும் என்றும் எனக்குத் தெரியும். அதன் நடுப்பகுதியில்தான் கல்லோலின் சிறப்பு தயாரிப்பான டைமண்டா இருந்தது. உள்ளே சர்க்கரைப் பாகு நிரம்பிய சந்தேஷ் அது. வைரம் போன்ற வடிவத்தில் இருக்கும் அந்த இனிப்பு வெள்ளி ஜரிகைத் தாளில் சுற்றப்பட்டிருந்தது.

லால் மோகன் பாபு இந்தப் பெட்டியை ஏன் கொண்டு வருகிறார்? அவரது முகத்தில் வெற்றிக் களிப்பு மின்னுவது ஏன்?

அந்தப் பெட்டியை மேஜையின் மேல் வைத்து விட்டு லால் மோகன் பாபு ஒரு நாற்காலியில் அமர்ந்தவுடனேயே ஃபெலுடா

கேட்டார். 'பம்பாயிலிருந்து நல்ல சேதி வந்திருக்கிறது. அப்படித் தானே? இன்று காலையில்தான் அவர்களிடமிருந்து உங்களுக்கு தகவல் வந்திருக்க வேண்டும் சரிதானே?'

இந்தக் கேள்விகளைக் கேட்டதும் லால் மோகன் பாபுவிற்கு தூக்கி வாரிப் போட்டது. இருந்தாலும் அவரது முகத்தில் தெரிந்த புன்னகை இன்னும் மாறவில்லை. புருவம் மட்டுமே மேலெழும்பியது. 'எப்படி யூகித்தீர்கள்? ஹா! ஹா!'

"ஒரு மணி நேரத்திற்கு முன்புதான் 9 மணி சங்கு ஊதியது. இருந்தாலும் உங்கள் கடிகாரம் இன்னமும் 3.15ஐத் தான் காட்டுகிறது. அப்படியென்றால், அதை இன்று எடுத்து அணிந்து கொண்டபோது அதை ஏறெடுத்துக்கூட பார்க்காத அளவிற்கு உற்சாகமாக இருந்திருக்கிறீர்கள். அதற்கு சாவி கொடுக்க மறந்து விட்டீர்களா? அல்லது ஸ்பிரிங் உடைந்து போய்விட்டதா?"

லால்மோகன் பாபு அவரது வாட்ச்-ஐப் பற்றி எதுவும் பேசவில்லை. புராதன காலத்து ரோமானிய பிரபுக்களைப் போல தனது நீலநிற மேல் துண்டை எடுத்து தோளுக்கு மேலே போட்டவாறே சொன்னார். "நான் இருபத்து ஐந்து கேட்டேன். இன்று காலை தந்தி ஒன்றை எடுத்துக் கொண்டு வந்து எனது வேலைக்காரன் என்னை எழுப்பினான். இதோ பாருங்கள்!"

இளஞ்சிவப்பு நிற தந்தி ஒன்றை தனது பாக்கெட்டிலிருந்து எடுத்து அதைப் படித்தார் அவர். "தயாரிப்பாளர் கொள்ளையருக்காக பத்து தர தயாராக இருக்கிறார். ஒப்புதலை தந்தி மூலம் தெரிவிக்க வேண்டுகிறேன்." எனது பதிலை நான் அனுப்பி வைத்தேன். "கொள்ளையரை பத்திற்கு மகிழ்ச்சியோடு விற்க தயாராக இருக்கிறேன். எனது வாழ்த்துக்களை ஏற்றுக் கொள்."

எப்போதுமே எதற்குமே அசையாத ஃபெலுடாவும் கூட விழிகளை விரியத் திறந்து கேட்டார். "பத்தாயிரமா? உங்களது கதையை பத்தாயிரம் ரூபாய்க்கா விற்றீர்கள்?"

லால்மோகன்பாபு மென்மையான புன்னகை ஒன்றை தவழவிட்டார். "இன்னும் எனக்கு பணம் கிடைக்கவில்லை. நான் பம்பாய்க்கு போகும்போதுதான் அந்தப் பணம் எனக்குக் கிடைக்கும்."

இன்னமும் வியப்பிலாழ்ந்திருந்த ஃபெலுடா மீண்டும் கேட்டார். "நீங்கள் பம்பாய் போகப் போகிறீர்களா?"

"ஆமாம். நான் மட்டுமல்ல. நீங்கள் இரண்டு பேரும்தான். அதுவும் எனது செலவில். உங்களது உதவி இல்லாமல் இந்தக் கதையை நான் எழுதியிருக்கவே முடிந்திருக்காது.

அவர் சொன்னது முற்றிலும் உண்மைதான். இதை கொஞ்சம் விளக்குவதுதான் சரியாக இருக்கும்.

அவரது கதைகளில் ஒன்றை வைத்தாவது ஒரு சினிமா எடுக்கப்பட வேண்டும் என்பது ஜடாயுவின் நீண்ட நாள் கனவாகும். இயற்கையாகவே ஒரு இந்திப்படம் எடுக்கப்பட வேண்டும் என்பதில்தான் அவர் ஆர்வமாக இருந்தார். ஏனென்றால் அதுதான் அதிகமான பணத்தைப் பெற்றுத் தரும் என்பதுதான் அதற்குக் காரணம். எனவேதான் இந்திப் படம் ஒன்றை எடுப்பதற்கு பொருத்தமான வகையில் இருக்கும் என்ற நினைப்புடன் அவர் ஒரு கதை எழுதத் துவங்கினார். பம்பாய் திரைப்பட உலகில் வேலை செய்து வரும் புலாக் கோஷால் என்பவரை அவருக்கு நன்றாகத் தெரியும். ஒரு காலத்தில் கோர்ப்பாரில் இருந்தபோது அவர் லால்மோகன் பாபுவின் அண்டை வீட்டில் வசித்து வந்தவர். கல்கத்தாவில் டாலிகஞ்ச்-இல் உதவி டைரக்டராக பணியாற்றி வந்த அவர் திடீரென்று ஒருநாள் பம்பாய் போவதென்று முடிவெடுத்தார். அவர் இப்போது வெற்றிகரமான ஒரு டைரக்டர். ஏற்கனவே அவரது படங்கள் பலவும் வெற்றி விழாக்களைக் கண்டதோடு, நல்ல வசூலையும் பெற்றுத் தந்துள்ளன.

லால்மோகன் பாபுவின் கதை மூன்றாவது அத்தியாயத்திலேயே தட்டுத் தடுமாறி நின்று விட்டது. இதற்கு மேலும் நகர முடியவில்லை என்பதை அவர் உணரத் துவங்கியவுடன் ஃபெலுடாவிடம் ஆலோசனை கேட்டு வந்தார் அவர். முற்றுப் பெறாத அந்தக் கதையை உடனடியாக நோட்டம் விட்ட ஃபெலுடா சொன்னார். “துவக்கத்திலேயே இது தடங்கல் ஏற்பட்டு நின்றது ஒரு விதத்தில் நல்லதுதான். நீங்கள் தட்டுத் தடுமாறிச் சென்று அதை முடித்திருந்தால், உங்கள் நேரம் முழுமையாக வீணாகி இருக்கும். பம்பாய் திரைப்பட உலகம் இதை நிச்சயமாக ஒதுக்கியிருந்திருப்பார்கள்.”

லால்மோகன் பாபு தலையை சொறிந்து கொண்டே சொன்னார். “அப்படியானால் அவர்கள் ஏற்றுக் கொள்ளும் வகையில் நான் என்ன எழுதவேண்டும்? முதலில் இப்போது ஓடுகின்ற ஒருசில படங்களைப் பார்த்துவிட்டு அதை ஆதாரமாகக் கொண்டு என் கதையை எழுதலாம் என்று நினைத்தேன். நான் போன இடத்திலெல்லாம் டிக்கெட்டிற்காக நீண்ட வரிசை நிற்கிறது. ஒருநாள் நான் வரிசையில் நின்று கொண்டிருந்தபோது என் பர்ஸை பிக்பாக்கெட் அடித்து விட்டார்கள். அடுத்த நாள்

டிக்கெட் கொடுக்கும் கவுண்டரை ஒரு மணி நேரம் வரிசையில் நின்று அடைந்து விட்டேன். அப்புறம்தான் சொல்கிறார்கள். 'அரங்கம் நிறைந்து விட்டது. டிக்கெட் இல்லை' என்று. கள்ளச் சந்தையில் டிக்கட் விற்பதையும் பார்த்தேன். ஒரு டிக்கட் 12 ரூபாய். ஒரு டிக்கெட் வாங்கியிருப்பேன். அப்புறம் யோசித்துப் பார்த்தேன். அவ்வளவு பணம் கொடுத்து விட்டு பிறகு படத்தைப் பார்த்து விட்டு தலைவலி வந்தால் என்ன செய்வது? வெளியே வரும்போது மாத்திரை வாங்கித்தான் போட்டுக் கொள்ள வேண்டும். எனவே நான் நேராக வீட்டிற்குப் போய் விட்டேன்.'

"கவலைப்படாதீர்கள். நான் உங்களுக்கு ஒரு கதை வடிவம் தருகிறேன்." ஃபெலுடா அவருக்கு நம்பிக்கை ஊட்டினார். "இப்போதெல்லாம் இரட்டை வேடம்தான் மிகப் பிரபலமாக இருக்கிறது. இல்லையா?"

இரட்டை வேடம் என்றால் என்னவென்று கூட லால் மோகன் பாபுவிற்குத் தெரியாது என்பது அப்புறம்தான் தெரிந்தது.

"சில நேரங்களில் ஒரு படத்தில் ஒரே மாதிரியான தோற்றம் கொண்ட இரண்டு கதாநாயகர்கள் இருப்பார்கள்"

"அதாவது இரட்டைப் பிறவிகள் என்றா சொல்கிறீர்கள்?"

"ஆமாம். அவர்கள் இரட்டைப் பிறவிகளாக இருக்கலாம் அல்லது ஒரே மாதிரியாக இருக்கும், ஆனால் ஒருவருக்கொருவர் உறவு இல்லாத இரண்டு பேராகவும் இருக்கலாம். பார்ப்பதற்கு அவர்கள் ஒரே மாதிரியாக இருக்கலாம். ஆனால் அவர்களில் ஒருவர் நல்லவன்; மற்றொருவன் கெட்டவன். அல்லது ஒருவர் துணிவோடும் வலுவாகவும் இருக்கலாம். மற்றொருவர் கோழையாகவும் சாந்தமாகவும் இருக்கலாம். பொதுவாக படங்களில் இப்படித்தான் நீங்கள் பார்க்கலாம். நீங்கள் இதை கொஞ்சம் வித்தியாசமாக செய்யலாம். ஒரு ஜோடி இரட்டையர்கள் என்பதற்கு பதிலாக இரண்டு ஜோடி இரட்டையர்களை கதையில் கொண்டு வரலாம். ஒண்ணாம் நெம்பர் ஹூரோவும் ஒண்ணாம் நெம்பர் வில்லனும் ஒரு ஜோடி. இரண்டாம் நெம்பர் ஹீரோவும் இரண்டாம் நெம்பர் வில்லனும் ஒரு ஜோடி. பார்வையாளர்களுக்கு இந்த இரண்டாவது ஜோடியைப் பற்றி முதலில் சொல்ல வேண்டியதில்லை. அதை ரகசியமாக வைத்துக் கொள்ளலாம் . பிறகு.."

இதற்குள் லால்மோகன்பாபு குறுக்கிட்டார். "அது கொஞ்சம் குழப்பத்தை மேலும் ஏற்படுத்தி விடாதா?"

ஃபெலுடா தலையை ஆட்டினார். "மூன்று மணி நேரத்திற்கு வரும் வகையில் உங்களிடம் போதுமான விஷயம் இருக்க வேண்டும். அதிகமான வன்முறையை காண்பிப்பதும் இப்போது நாகரீகமானதாக இல்லை; அதுபோக இது பற்றிய புதிய விதிமுறைகளும் வந்து விட்டன. எனவே நீங்கள் உங்களது கதையை முற்றிலும் வித்தியாசமான வகையில் சொல்ல வேண்டும். மர்மத்தை ஏற்படுத்தும் வலையை பின்னுவதற்கு ஒன்றரை மணி நேரமும், அந்த சிக்கலை அவிழ்ப்பதற்கு இன்னும் ஒரு ஒன்றரை மணி நேரமும் உங்களுக்குத் தேவைப்படும்."

"அப்படி என்றால் இந்த இரட்டை வேடம் எல்லாம் என் கதைக்கு தேவைப்படுகிறது என்றுதானே சொல்கிறீர்கள்?"

"இல்லை. இன்னும் இருக்கிறது. குறித்துக் கொள்ளுங்கள்."

லால் மோகன் பாபு ஒரு சிவப்பு நிற குறிப்பேட்டை வெளியே எடுத்தார். பாக்கெட்டிலிருந்து தங்கநிற பென்சில் ஒன்றையும் வெளியே எடுத்தார்.

ஃபெலுடா மேலும் தொடர்ந்தார். "கடத்தல். உங்கள் கதையில் கடத்தல் தேவைப்படும். அது தங்கமோ, வைரமோ கஞ்சாவோ, சரஸோ எதுவாக இருந்தாலும் சரி. அப்புறம் குறைந்தது 5 பாட்டுகளாவது இருக்க வேண்டும். அதில் ஒன்று கடவுளைப் பற்றியதாக இருக்க வேண்டும். அது மிகவும் பயனுள்ளதாக இருக்கும். அதே போல ஒன்றிரண்டு நடனங்கள், இரண்டு அல்லது மூன்று விரட்டல் காட்சிகள் வேண்டும். இதில் ஒரு காட்சியிலாவது விலையுயர்ந்த கார் ஒன்று மலை உச்சியிலிருந்து உருண்டு விழுவதாக இருக்க வேண்டும். அதே போல நெருப்புக் காட்சி. ஹீரோவிற்கு ஒரு நண்பி. அவள்தான் கதாநாயகி. வில்லனுக்கும் ஒரு நண்பி இருக்க வேண்டும். அவளை மயக்கும் நாயகி என்பார்கள். வேறென்ன வேண்டியிருக்கும் ஆம். ஒரு போலீஸ் ஆபீசர்! ஆமாம். கடமை தவறாத ஒரு போலீஸ் ஆபீசர். ஹீரோவிற்கு பழங்காலத்தைக் காட்டும் பின்னோக்கிய காட்சிகள் (ஃபிளாஷ் பேக்) அதே போல சற்றே ஓய்வெடுக்க வேடிக்கை காட்சிகள். காட்சிகளில் உடனடியான மாற்றங்கள். அதே போலத்தான் வேகமான நிகழ்ச்சிகள். இப்படியிருந்தால்தான் உங்கள் கதை சோர்வு தராது. அதே போல முக்கியமான கதாபாத்திரங்கள் அனைத்தையும் ஏதாவதொரு காட்சியில் கடல்

பக்கம் அல்லது மலைப்பகுதிக்கு அழைத்துச் செல்ல வேண்டும். ஏனென்றால் சினிமா நட்சத்திரங்களை ஸ்டூடியோவிற்குள்ளேயே அடைத்து வைப்பது நன்றாக இருக்காது... எல்லாவற்றையும் எழுதிக் கொண்டு விட்டீர்களா?"

லால்மோகன் பாபு இன்னமும் வேகமாக எழுதிக் கொண்டிருந்தார். ஒரு நொடி கூட தாமதிக்காமல் அவர் தலையை ஆட்டினார்.

"இறுதியாக, ஆனால் அது ஒன்றும் சாதாரண விஷயமல்ல. இன்னும் சொல்லப் போனால் இதுதான் மிகவும் முக்கியமானது. மகிழ்ச்சியைத் தரக்கூடிய ஒரு முடிவு இருக்க வேண்டும். இருந்தாலும் இந்த மகிழ்ச்சிகரமான முடிவிற்கு முன்பாக, கண்ணீரை வரவழைக்கின்ற துயரகரமான சம்பவங்கள் எதையும் உங்களால் ஏற்படுத்த முடிந்தால், அது மிக நன்றாகவே வேலை செய்யும்."

அன்றைக்கு கை வலியுடன் லால்மோகன் பாபு வீட்டிற்குத் திரும்பிச் சென்றார். அடுத்த இரண்டு மாதங்களில் அந்தக் கதையை முழுமையாக்குவதற்கான அவரது போராட்டத்தின் விளைவாக இரண்டு விரல்களில் ரத்தம் கட்டிவிட்டது என்றே கூறி விடலாம். நல்ல வேளையாக இந்த நேரத்தில் ஃபெலுடா கல்கத்தாவை விட்டு வெளியே எங்கும் சென்று விடவில்லை. கேதார் சர்க்காரின் சந்தேகத்திற்கிடமான படுகொலையைக் கண்டுபிடிக்க அவரது உதவியைக் கோரினார்கள். இருந்தாலும் அது பற்றி விசாரிப்பதற்காக அவர் பரக்பூரை தாண்டி பயணம் செய்ய வேண்டிய அவசியம் ஏற்படவில்லை. எனவே வாரத்திற்கு இரண்டு முறையாவது ஃபெலுடாவுடன் கலந்து ஆலோசிப்பதற்காக லால்மோகன் பாபு வந்து போக முடிந்தது. துர்கா பூஜைக்கு ஒரு வாரத்திற்கு முன்பாக அவரது பம்பாய் கொள்ளையர்கள் நாவல் வெளி வந்தது. ஒரு இந்தி திரைப்படத்திற்கான அனைத்து அம்சங்களும் அந்தக் கதையில் அடங்கியிருந்தன. என்றாலும் ஒரு நியாயமான அளவிற்குத்தான் அவை இருந்தன என்றே சொல்லலாம். அந்த கதையிலிருந்து திரைப்படம் தயாரிக்கப்பட்டால் ஒன்று மட்டும் நிச்சயம். படத்தைப் பார்த்து விட்டு வந்தபிறகு யாருக்கும் தலைவலி மாத்திரையை தேட வேண்டிய அவசியமிருக்காது.

இந்த கதை புத்தகமாக வெளி வருவதற்கு முன்பாகவே லால் மோகன் பாபு அதன் ஒரு கையெழுத்துப் பிரதியை புலாக் கோஷாலுக்கு அனுப்பி வைத்தார். பத்து நாட்களுக்கு முன்னால்

கோஷால் பதில் எழுதியிருந்தார். அந்தக் கதை அவருக்கு ரொம்பவும் பிடித்திருப்பதாகவும், எவ்வளவு விரைவாக முடியுமோ அவ்வளவு விரைவில் அதை திரைப்படமாக்குவதற்கான வேலையை துவங்க விரும்புவதாகவும் அவர் எழுதியிருந்தார். அந்த திரைப்படத்திற்கான திரைக்கதையை தானே எழுதுவதாகவும் ஹிந்தி உரையாடலை திரிபுவன் குப்தே எழுதுவார் என்றும் அவர் கூறியிருந்தார். குப்தே எழுதும் ஒவ்வொரு வசனமும் கத்திபோல் கூர்மையாக பார்வையாளர்களின் இதயத்தில் நேராகச் சென்று தைக்கும் விதத்தில் இருக்கும். அந்தக் கடிதத்திற்கு பதில் எழுதும்போது (ஃபெலுடாவிடம் ஒரு வார்த்தை கூட சொல்லாமல்) தனது கதைக்கு ரூ.25,000 தர வேண்டும் என்று லால் மோகன் பாபு கேட்டிருந்தார். இப்போது அவர் எங்களிடம் காண்பித்த தந்தி அவரது கடிதத்திற்கு வந்த பதில்தான். ரூ.25,000 என்று கேட்டது கொஞ்சம் கூடுதல்தான் என்பதை அவர் உணர்ந்திருக்கவும் கூடும்.

ஆஹா என்று பாதிக் கண்ணை மூடியபடியே லால்மோகன்பாபு டீயை உறிஞ்சினார். "மூலக்கதையில் எந்த மாற்றத்தையும் அவர்கள் செய்யவில்லை என்று புலாக் என்னிடம் சொன்னார். நான்... மன்னிக்க வேண்டும்... நாம் எழுதிய கதையின் பெரும்பாலான விஷயங்கள்..."

ஃபெலுடா ஒரு கையை உயர்த்தி அவரை நிறுத்தினார். "நாம் என்று சொல்லாமலிருந்தால் எனக்கு மகிழ்ச்சியாக இருக்கும். நீங்கள்தான் அந்தக் கதையை எழுதினீர்கள்."

"இருந்தாலும்..."

"ஆனா ஊனா எல்லாம் இல்லை. ஷேக்ஸ்பியர்கூட மற்றவர்களிடமிருந்து, கருத்துக்களை எடுத்துக் கொண்டிருக்கிறார். இருந்தாலும் நமது ஹேம்லட் என்று அவர் சொன்னதாக யாராவது கூற முடியுமா? எப்போதும் இல்லை. தேவையான ஒரு சில பொருட்களைப் பற்றி நான் உங்களுக்குக் கூறினேன். ஆனால் இதை தயாரித்த சமையல்காரர் நீங்கள்தான். உங்களைப் போல எனக்கு சமைக்க வராது. உங்களது கைப்பக்குவம் எனக்கு வரவே" வராது!"

நன்றி உணர்வில் லால்மோகன் பாபு வாய் விரிய புன்னகைத்தார். "ரொம்ப நன்றி. எப்படியிருந்தாலும் கதையில் பெரிய மாற்றங்கள் எதையும் செய்யப் போவதில்லை என்று அவர் சொல்லியிருக்கிறார். ஒரே ஒரு சின்ன மாற்றம்தான்."

“அப்படியா? என்ன அது?”

“அது வேடிக்கையானதொரு விஷயம்தான். நீங்கள் அதை டெலிபதி என்று சொல்வீர்கள் என்றுதான் நான் உறுதியாக நம்புகிறேன். எனது கதையில் 43 மாடிகள் கொண்ட அடுக்கு மாடி கட்டிடம் ஒன்றை குறிப்பிட்டிருந்தேன். என் கதையில் வரும் கடத்தல்காரன் துந்திராம் துரந்தர் அந்தக் கட்டிடத்தில்தான் வசிக்கிறான். விஷயங்களை துல்லியமாகச் சொல்வதில் கவனம் செலுத்த வேண்டும் என்று நீங்கள் எப்போதுமே சொல்வீர்கள். எனவே அந்த கட்டிடத்திற்கு ஒரு பெயரைக் கண்டுபிடித்தேன். சிவாஜி கோட்டை. இந்தக் கதையில் வரும் சம்பவங்கள் எல்லாம் பம்பாயில் நடப்பதாக இருந்ததால் அந்த மராட்டிய வீரரின் பெயர் பொருத்தமாக இருக்கும் என்று நினைத்தேன். அதே பெயரில் பம்பாயில் ஒரு பெரிய கட்டிடம் இருக்கிறது என்று புலாக் எனக்கு எழுதியிருக்கிறார். இன்னும் ஒரு விஷயம் தெரியுமா உங்களுக்கு? இந்த திரைப்படத்தின் தயாரிப்பாளர் அந்த கட்டிடத்தில்தான் வசிக்கிறார். இதை டெலிபதி என்று சொல்லாமல் வேறென்ன சொல்வது?”

“ம்... குங்ஃபூ என்ன ஆயிற்று? கதையில் அதை வைத்திருக்கிறார்களா, இல்லையா?” என்று கேட்டார் ஃபெலுடா.

நாங்கள் மூவரும் என்டர் தி டிராகன் திரைப்படத்தை பார்க்கச் சென்றிருந்தோம். அதைப் பார்த்தவுடன் தனது கதையில் குங்ஃபூ கட்டாயமாக இருக்க வேண்டும் என்று முடிவு செய்தார். பெலுடாவின் கேள்விக்கும் அவர் பதிலளித்தார். “நிச்சயமாக குறிப்பாக அதைப் பற்றி நான் அவர்களிடம் கேட்டேன். சென்னையிலிருந்து ஒரு சண்டை வீரரை குங்ஃபூ காட்சிகளை ஏற்பாடு செய்வதற்காகவே வரவழைக்கப் போகிறார்கள். அவர் ஹாங்காங்கில் பயிற்சி பெற்றவரும் கூட!”

“படப்பிடிப்பு எப்போது துவங்குகிறது?”

“எனக்குத் தெரியாது. நான் புலாக்கிற்கு மீண்டும் கடிதம் எழுதி தேதியை தெரிந்து கொள்கிறேன். பிறகு நாம் மூவரும் பயணம் செய்வதற்கான ஏற்பாடுகளைச் செய்கிறேன். நமது... அதாவது எனது கதையை அவர்கள் திரைப்படமாக்கும்போது நாம் இங்கே கல்கத்தாவில் எப்படி இருப்பது?”

டைமண்டா இனிப்பைக் கடித்தேன். இதற்கு முன்னாலும் அதை சுவைத்திருக்கிறேன். இருந்தாலும் அன்றைக்கு எனக்கு தெரிந்த சுவையை அதற்கு முன் நான் அனுபவித்ததேயில்லை.

இரண்டு

அதற்கடுத்த ஞாயிற்றுக்கிழமை லால்மோகன் பாபு திரும்பினார். இதற்கிடையே எங்களது பம்பாய் பயணத்திற்கான செலவில் பாதியை தாம் ஏற்றுக் கொள்வது என்று ஃபெலுடா முடிவு செய்திருந்தார். சமீப காலத்தில் அவர் கொஞ்சம் பணம் சம்பாதித்திருந்தார். அவர் மேற்கொண்ட துப்பறியும் வழக்குகளில் மட்டுமன்றி, எழுதுவதன் மூலமாகவும்தான் இந்த வருமானம் அவருக்கு வந்திருந்தது. கடந்த மாதங்களில் 19ஆம் நூற்றாண்டின் மிகவும் புகழ்பெற்ற பயணக் கலைஞர்கள் எழுதிய பயண நூல்களில் இரண்டை ஆங்கிலத்திலிருந்து அவர் மொழி பெயர்த்திருந்தார். அதற்கு முன்பணமும் அவருக்கு கொடுக்கப்பட்டிருந்தது. அவரது ஓய்வு நேரங்களில் எழுதுவதை நான் பார்த்திருக்கிறேன். இப்போதுதான் முதன்முறையாக மிகுந்த தீவிரத்துடன் இந்த வேலையை அவர் செய்திருந்தார்.

ஃபெலுடா செலவை பங்கிட்டுக் கொள்ள முன் வந்ததை லால் மோகன் பாபு முற்றிலுமாக நிராகரித்துவிட்டார். “உங்களுக்கு பைத்தியமா என்ன?” என்று கேட்டார் அவர். “எழுதுவதைப் பொறுத்தவரையில் நீங்கள்தான் எனக்கு குரு எல்லாமே. உங்களுக்கான செலவை நான் பார்த்துக் கொள்கிறேன் என்றால் அது எனது நன்றிக் கடனை தெரிவிக்கத்தான். அதை நான் உங்களுக்கு கொடுக்கும் கட்டணமாகக் கூட வைத்துக் கொள்ளலாம்!”

இவ்வாறு சொல்லிக் கொண்டே அவரது பாக்கெட்டிலிருந்து இரண்டு விமான டிக்கெட்களை எடுத்து டேபிள்மீது வைத்தார். “செவ்வாய்கிழமை காலை 10.45 க்கு விமானம் புறப்படுகிறது. ஒருமணி நேரத்திற்கு முன்னால் நீங்கள் அங்கே இருக்க வேண்டும். நான் உங்களை விமான நிலையத்தில் சந்திக்கிறேன்.”

“படப்பிடிப்பு எப்போது துவங்குகிறது?”

‘‘வியாழக்கிழமை. இறுதிக் காட்சியிலிருந்து அவர்கள் துவங்குகிறார்கள். அதுதான் குதிரை, கார், ட்ரெயின் ஆகியவை அடங்கிய காட்சிதான். உங்களுக்கு நினைவிருக்குமே?”

லால் மோகன் பாபு இன்னொரு தகவலையும் எங்களிடம் சொன்னார். “ஃபெலு பாபு! நேற்று மாலை ஆர்வத்தைத் தூண்டக் கூடிய ஒன்று நடந்தது. கல்கத்தாவில் இருக்கும் ஒரு திரைப்படத் தயாரிப்பாளர் என் வீட்டிற்கு வந்திருந்தார். தர்மதலாவில் அவரது ஆபீஸ் இருப்பதாக தெரிவித்தார். எனது பம்பாய் கொள்ளையர்கள் கதையை படமாக்க விரும்புவதாக அவர் தெரிவித்தார். இந்தி படங்களை போன்ற அதே விஷயங்களைக் காட்டவில்லை என்றால் எந்த வங்காளிப் படமும் வெற்றி பெறுவதற்கான வாய்ப்பே இல்லை. எனது கதை ஏற்கனவே விற்றுவிட்டது என்று அவரிடம் சொல்ல வேண்டியிருந்தது. அது அவருக்கு மிகுந்த ஏமாற்றத்தைத் தந்தது. இதையும் கேளுங்கள். அவர் அந்த புத்தகத்தைப் படிக்கவில்லையாம். அவரது உறவுப்பையன் ஒருவனிடமிருந்துதான் அந்தக் கதையைப் பற்றி கேள்விப்பட்டாராம். பம்பாயை நேரில் பார்க்காமலேயே அந்தக் கதையை நான் எழுதினேன் என்பதை அறிந்ததும் அவர் மிகுந்த ஆச்சரியமடைந்தார். ஃபெலு மித்தரின் வழிகாட்டுதல் இல்லாமல், மர்ரே கம்பெனியின் இந்தியாவிற்கான வழிகாட்டி நூலின் துணை இல்லாமல் அதை நான் முடித்திருக்க முடியாது என்று அவரிடம் நான் சொல்லவில்லை.”

“வங்காளியா அவர்?”

‘‘ஆமாம். சன்யால். அவரது பேச்சு கொஞ்சம் வேறு விதமாகத்தான் இருந்தது. ஜபல்பூரில் வளர்ந்ததாகக் கூறினார். அவர் ஒரு செண்ட் போட்டிருந்தார் பாருங்கள். என் மூக்கே போய்விட்டது என்று கூறி விடலாம்! எப்படி ஒரு ஆண் இப்படி செண்ட் போட முடியும் என்றுதான் எனக்குத் தெரியவில்லை. எப்படியிருந்தாலும், நான் பம்பாய் போகிறேன் என்று கேள்விப்பட்டதும் ஒரு முகவரியைக் கொடுத்தார். அவரது நண்பராம். அவர் நன்றாக உதவி செய்வார் என்றும் கூறினார். தேவைப்பட்டால் அவரைத் தொடர்பு கொள்ளலாம் என்றும் கூறினார்.”.

டிசம்பரில் கல்கத்தாவில் நல்ல குளிர் அடிக்க வாய்ப்புண்டு என்ற போதிலும், பம்பாய் ஓரளவிற்கு கதகதப்பாகத்தானிருக்கும்

என்று நான் கேள்விப்பட்டிருக்கிறேன். எனவேதான் குளிர்கால உடைகள் எதையும் எடுத்துக் கொள்ளும் அவசியம் இல்லாமல் போயிற்று. எங்களுக்கு தேவையான அனைத்தும் இரண்டு சிறிய சூட்கேஸ்களிலேயே அடங்கி விட்டது.

செவ்வாய் கிழமை நான் கண் விழித்தபோது எல்லாமே மூடு பனியில் மறைந்திருந்தது எங்கள் எதிர்வீடு கூட லேசாகத்தான் தெரிந்தது. அடக் கடவுளே! எங்கள் விமானம் சரியான நேரத்தில் புறப்பட்டு விடுமா? ஆனால் விசித்திரமாக காலை 9 மணிக்கெல்லாம் மூடுபனி விலகி, சூரியன் வெளியே தெரிந்தான். விமான நிலையத்திற்குச் செல்லும் விஐபி சாலை நகரத்தின் மையப் பகுதியை விட அதிகமாக மூடு பனி நிறைந்ததாக காணப்படுவது வழக்கம். இன்றோ அந்த மூடுபனி பெருமளவிற்கு இல்லை.

நாங்கள் விமான நிலையத்தை சென்றடைந்தபோது விமானம் புறப்படுவதற்கு இன்னமும் 50 நிமிடங்கள்தான் இருந்தது. லால் மோகன் பாபு ஏற்கனவே அங்கிருந்தார். அவர் ஏற்கனவே பதிவு செய்துவிட்டார் என்பதை அவரது சட்டைப் பாக்கெட்டில் துருத்திக் கொண்டிருந்த பயணச் சீட்டு உறுதிப்படுத்தியது. “உங்களுக்காக நான் காத்திருக்கவில்லை என்று தப்பாக எடுத்துக் கொள்ளாதீர்கள். நீண்ட வரிசை இருந்தது. உடனடியாக பதிவு செய்யவில்லை என்றால் நான் விரும்பிய ஜன்னல் சீட் கிடைத்திருக்காது. நான் எச் வரிசையில் இருக்கிறேன். எனக்கு அருகாமையிலே கூட உங்களுக்கு இடம் கிடைக்கலாம். யாருக்குத் தெரியும்?”

“கையில் என்ன பாக்கெட் வைத்திருக்கிறீர்கள்? புத்தகம் ஏதாவது வாங்கினீர்களா என்ன?'' என்று ஃபெலுடா விசாரித்தார்.

லால்மோகன் பாபுவின் கையில் ஒரு பழுப்பு நிற பாக்கெட் இருந்தது. பம்பாயில் இருக்கும் யாருக்காவது பரிசளிப்பதற்காக அவரது புத்தகம் எதையாவது அவர் எடுத்து வருகிறார் என்றுதான் நான் நினைத்துக் கொண்டிருந்தேன்.

அவர் ஃபெலுடாவிற்கு பதிலளித்தார். “இல்லையில்லை. நான் எதையும் வாங்கவில்லை. சன்யால் ஞாபகமிருக்கிறதல்லவா? அவரைப் பற்றி கூட நான் உங்களிடம் சொன்னேனே? அவர் வந்து இந்த பாக்கெட்டை 10 நிமிடங்களுக்கு முன்னால் என்னிடம் கொடுத்து விட்டுப் போனார்.”

“உங்களுக்கு ஏதாவது பரிசா?”

"இல்லை. பம்பாய் விமான நிலையத்தில் யாரோ வந்து இதை வாங்கிக் கொண்டு போவார்கள். எனது பெயரையும் என்னைப் பற்றிய அடையாளங்களையும் அவர் சொல்லியிருக்கிறாராம். ஆமாம். இது ஒரு புத்தகம்தான். பம்பாயில் இருக்கும் சன்யாலின் உறவினர் ஒருவருக்கானது." பின் சற்றே புன்னகைத்தவாறே அவர் கேட்டார். "இதில் வீரதீர செயலுக்கான வாசனை ஏதும் உங்களுக்குத் தெரிகிறதா, என்ன?"

"அதைச் சொல்வது கொஞ்சம் கஷ்டம் லால்மோகன் பாபு." என்று பதிலளித்த ஃபெலுடா மேலும் சொன்னார். "பாரத் கெமிக்கல் கம்பெனியின் குல்பஹார் சென்ட் வாசனை எல்லாவற்றையும் மூழ்கடித்து விட்டது!"

அந்த வாசனையை நானும் உணர்ந்தேன். திரு.சன்யால் போட்டிருந்த சென்ட்டின் வாசனை அவ்வளவு தூக்கலாக இருந்ததால் அவரது பாக்கெட்டும்கூட அந்த வாசனையை சேர்த்துக் கொண்டிருந்தது.

"ஹா! ஹா! நீங்கள் சொல்வது சரிதான். சில நேரங்களில் இதுபோன்ற பொருட்களை மக்கள் கை மாற்றித் தருகிறார்கள். அதாவது தடை செய்யப்பட்ட சட்டவிரோதமான பொருட்களைத்தான் நான் சொல்ல வருகிறேன்!" என்று சிரித்துக் கொண்டே லால்மோகன் பாபு ஒப்புக் கொண்டார்.

"ஆமாம். அது உண்மைதான். பயணச் சீட்டு பதிவு செய்யும் இடத்தில் ஒரு பெரிய அறிவிப்புப் பலகை மாட்டியிருக்கிறது பாருங்கள். அறிமுகம் இல்லாத யாரிடமிருந்தும் பொருட்களை வாங்கிக் கொள்வதில் அபாயமுள்ளது என்று அது எச்சரிக்கை விடுக்கிறது. ஆனாலும் நடைமுறையில் பார்த்தால் சன்யால் முன்பின் தெரியாதவரல்ல; அவரது பார்சலில் புத்தகத்தைத் தவிர வேறு எதுவும் இல்லை என்றுதான் நான் நினைக்கிறேன்."

விமானத்தில் அருகருகே அமர எங்களுக்கு இடம் கிடைக்கவில்லை. லால்மோகன் பாபு எங்களுக்கு மூன்று வரிசைகள் பின்னால் ஜன்னல் ஓர சீட்டில் அமர்ந்து கொண்டார். பயணமும் எந்தவித அசம்பாவிதமும் இன்றி போய்க் கொண்டிருந்தது. விமானி கேப்டன் தத்தா நாங்கள் நாக்பூருக்கு மேலாகப் பறந்து கொண்டிருக்கிறோம் என்று அறிவித்தபோதுதான் நான் தலையை திருப்பிப் பார்த்தேன். லால்மோகன் பாபு தனது இடத்தை விட்டு எழுந்து விமானத்தின் பின்பகுதியை நோக்கி நேராகச் சென்றார். ஒரு விமான பணிப்பெண் அவரைத் தடுத்து

நிறுத்தி எதிர்ப்பக்கத்தை சுட்டிக் காட்டினார். லால்மோகன் பாபு திரும்பி நேராக விமானத்தின் முழு நீளத்தையும் கடந்து, விமானிகள் இருக்கும் அறையின் கதவைத் திறந்து, உடனேயே வெளியே வந்தார். அவரது முகம் வெட்கத்தால் சிவந்திருந்தது. இறுதியில் இடது புறத்தில் இருந்த டாய்லெட் கதவை அவர் கண்டு பிடித்து விட்டார்.

மீண்டும் அவரது இடத்திற்கு திரும்புவதற்கு முன்பாக, என் பக்கம் வந்து என் காதில் கிசுகிசுத்தார். "எனக்கு பக்கத்தில் அமர்ந்திருக்கும் ஆளை நன்றாகப் பார்த்துக் கொள். அவன் ஒரு விமான கடத்தல்காரனாக இருந்தாலும்

ஆச்சரியப்படுவதற்கில்லை."

மீண்டும் ஒருமுறை தலையைத் திருப்பி அந்த நபரைப் பார்த்தேன். ஏதாவது அதிதீவிர செயல் நடக்காதா என்று லால் மோகன் பாபு ஏங்கவில்லை என்றால் அவர் அருகே அமர்ந்திருப்பவரை கடத்தல்காரன் என்று கற்பனை செய்திருக்க மாட்டார். அந்த நபர் மிகவும் பயந்த சுபாவமாகவும், சாந்தமானவராகவும்தான் தெரிந்தார்.

நாங்கள் சாண்டா க்ரூஸ் விமான நிலையத்தில் இறங்கிய போது, அந்த பழுப்புநிற பாக்கெட்டை லால்மோகன் பாபு ஏற்கனவே கையில் எடுத்து வைத்துக் கொண்டிருந்தார். நாங்கள் விமானத்திலிருந்து வந்திறங்கும் பயணிகளுக்கான பகுதியை அடைந்து, சுற்று முற்றும் பார்த்தபோதுதான் ஒரு குரல் திடீரென்று கேட்டது. 'மிஸ்டர் கங்கூலி?' நாங்கள் வலப்பக்கம் திரும்பிப் பார்த்தபோது தென்னிந்தியர் ஒருவரை உற்றுப் பார்த்தபடி கருஞ்சிவப்பு டெர்லின் சர்ட் அணிந்த ஆள் நின்று கொண்டிருப்பதைப் பார்த்தோம். அவன்தான் அந்தக் கேள்வியை கேட்டிருக்க வேண்டும். அந்த தென்னிந்தியர் கொஞ்சம் எரிச்சலடைந்தவராக தலையை ஆட்டி மறுத்துவிட்டு அந்த இடத்தை விட்டு நகர்ந்து விட்டார். லால்மோகன் பாபு அந்த சிவப்புச் சட்டைக்காரனை நெருங்கினார்.

ஒரே மூச்சில் "நான்தான்" கங்கூலி. இது மிஸ்டர் சன்யால் கொடுத்தது!" என்றார் அவர்.

அந்த சிவப்புச்சட்டைக்காரன் பாக்கெட்டை வாங்கிக் கொண்டு, தலையை சற்றே தாழ்த்தி, நன்றி என்று சொல்லிவிட்டு நகர்ந்தான். கடமை செய்து முடித்தவராக லால்மோகன்பாபு நிம்மதியுடன் கைகளை தட்டி விட்டுக் கொண்டார்.

அரைமணி நேரத்திற்குப் பிறகு எங்கள் லக்கேஜ் வந்தது. நாங்கள் அதை எடுத்துக் கொண்டபோது மணி 1.20 நாங்கள் ஓட்டலை அடையும்போது மணி இரண்டு ஆகி விடும். எங்களை அழைத்துச் செல்வதற்காக புலாக் கோஷ் ஒரு வண்டியை அனுப்பியிருந்தார். வண்டி எண்ணையும் சொல்லியிருந்தார். கரும் பழுப்பு நிறம் கொண்ட ஸ்டாண்டர்ட் வண்டி அது. அதன் டிரைவர் தோற்றத்தில் நல்லவராகவும் உற்சாகமானவராகவும் இருந்தார். அவருக்கு இந்தி, ஆங்கிலம் இரண்டுமே நன்றாக பேசத் தெரிந்திருந்தது. கல்கத்தாவிலிருந்து வரும் முன்பின் அறிமுகமில்லாத 3 பேரை அழைத்துச் செல்ல நம்மை அனுப்பியிருக்கிறார்களே என்று அவர் வருத்தப்பட்டதாகத் தெரியவில்லை அதற்கு மாறாக, லால்மோகன் பாபுவிற்கு அவர் அளித்த சல்யூட் - ஐ பார்க்கும் போது இந்த பொறுப்பு தமக்கு வழங்கப்பட்டதற்கு மிகவும் நன்றி தெரிவிப்பவராகத்தான் தெரிந்தார். நகரத்தில் ஷாலிமார் ஹோட்டலில் எங்களுக்கு அறை ஒதுக்கப்பட்டுள்ளது என்று அவர்தான் எங்களிடம் தெரிவித்தார். மாலை 5 1/2 மணிக்கு புலாக் கோஷால் எங்களை சந்திப்பதாக இருந்தது. இதற்கு இடைப்பட்ட நேரத்தில் எங்கள் விருப்பப்படி அந்த காரை நாங்கள் பயன்படுத்திக் கொள்ளலாம்.

அவரது வழக்கப்படியே நாங்கள் பம்பாய்க்கு வருவதற்கு முன்பாகவே அந்த நகரைப் பற்றி ஃபெலுடா நிறைய படித்து வைத்திருந்தார். அவரைப் பொறுத்தவரை, நீங்கள் ஒரு இடத்திற்கு போவதற்கு முன்னால் அதைப் பற்றி ஏதாவது முன்கூட்டியே தெரிந்து கொள்ளாமல் இருந்தால், அந்த நகரைப் பற்றி உங்களால் முழுமையாக அறிந்து கொள்ள முடியாது. ஒரு மனிதனைப் பற்றி அவரது தோற்றம், நடத்தை ஆகியவற்றின் அடிப்படையில் மட்டுமின்றி, அவரது தனிப்பட்ட வரலாறும்தான் அறிமுகப்படுத்தும். அதே போலத்தான் ஒரு நகரமும். பம்பாய் நகரத்தின் தோற்றம், தன்மை பற்றி ஃபெலுடாவிற்கு இன்னும் தெரியாதுதான். இருந்தாலும் நாங்கள் தங்கவிருக்கும் ஹோட்டல் கெம்ப்ஸ் கார்னருக்கு அருகே உள்ளது என்பது அவருக்குத் தெரியும். நாங்கள் விமான நிலையத்தை விட்டுக் கிளம்பினோம். வெளியே வந்து நகரத்தை நோக்கிய சாலையில் வண்டி செல்லத் துவங்கியவுடன் ஃபெலுடா டிரைவரிடம் சொன்னார். "நமக்கு முன்னால் ஒரு டாக்ஸி போகிறதல்லவா? வண்டி எண் எம் ஆர் பி 3538. தயவுசெய்து அதை பின்தொடருங்கள்."

"என்ன நடக்கிறது இங்கே?" என்று கேட்டார் லால்மோகன் பாபு.

"ஏதோ ஒன்றைப் பற்றி கொஞ்சம் ஆர்வம். அவ்வளவுதான்" என்றார் ஃபெலுடா.

எங்களது வண்டி ஒரு ஸ்கூட்டரையும் இரண்டு அம்பாசிடர் கார்களையும் முந்திக் கொண்டு சென்று ஃபெலுடா சுட்டிக்காட்டிய அந்த ஃபியட் டாக்ஸிக்குப் பின்னால் விரைந்தது. அந்த வண்டியின் பின்னால் இருந்த நபரை கண்ணாடி மூலமாக பார்க்க முடிந்தது. அது சிவப்பு சட்டை அணிந்திருந்த அதே மனிதன்தான்.

என் இதயம் லேசாகக் குலுங்கியது. எதுவுமே நடக்கவில்லை. அந்த டாக்ஸியை ஏன் பின்தொடர்ந்து செல்ல வேண்டுமென்று ஃபெலுடா சொல்கிறார் என்றுகூட எனக்குத் தெரியாது. இருந்தாலும் எனக்குக் கொஞ்சம் நடுக்கமாகவே இருந்தது. இவை அனைத்துமே எதிர்பாராத வகையில் இருந்ததால் இருக்கும் என்று நினைத்துக் கொண்டேன். லால்மோகன் பாபு வேறெதுவும் பேசவில்லை. ஏன் இப்படி நடந்து கொள்கிறார் என்று ஃபெலுடாவை விளக்கச் சொல்வதில் பயன் ஏதுமில்லை என்று அவருக்குத் தெரியும். அவரது இந்த நடவடிக்கைக்கான உண்மையான காரணம் என்னவென்று சரியான நேரத்தில் தெரிந்து விடும்.

எங்களது டிரைவர் அந்த டாக்ஸியை பின்பற்றி சென்று கொண்டிருந்தார். நாங்கள் பார்க்கும் புதிய நகரத்தின் காட்சிகளை உள்வாங்கிக் கொண்டிருந்தோம். கிட்டத்தட்ட எல்லா சாலைகளிலுமே இந்தி திரைப்படங்களின் பெரிய விளம்பர பலகைகளும் போஸ்டர்களும் நிரம்பியிருந்ததுதான் எங்கள் அனைவரின் கவனத்தையும் கவர்ந்தது. வேறெந்த நகரத்திலும் இதுபோன்று பெருமளவில் விளம்பரங்களைப் பார்த்ததாக எனக்கு நினைவில்லை. அவற்றில் பலவற்றில் என்ன எழுதியிருக்கிறது என்பதை அறிய லால்மோகன்பாபு எட்டி எட்டி பார்த்துக் கொண்டிருந்தார். பின்பு அவர் சொன்னார். "எவ்வளவோ பெயர்கள் இருக்கின்றன... ஆனால் இந்த கதையை எழுதியவரின் பெயர் எதுவுமே இவற்றில் எழுதப்படவில்லை. இவர்கள் எழுத்தாளர்களை பயன்படுத்துவதே இல்லையா என்ன?"

ஃபெலுடா அவரிடம் சொன்னார். "லால் மோகன் பாபு ஒரு எழுத்தாளராக நீங்கள் பெயர் வாங்க வேண்டுமென்றால் அதற்கு பம்பாய் உங்களுக்கு பொருத்தமான நகரமாக இருக்காது. இங்கே

SHIVAJI CASTLE
15D

கதைகள் எழுதப்படுவதில்லை; தயாரிக்கப்படுகின்றன. மற்ற எவற்றையும் போலவே அதுவும் ஒரு பொருள்தான். மனித நுகர்விற்கான ஒரு பொருள் அவ்வளவுதான். லக்ஸ் சோப்பை உண்மையில் உருவாக்கியது யாரென்று உங்களால் சொல்ல முடியுமா? அதிகபட்சம், அதை உற்பத்தி செய்யும் கம்பெனியின் பெயரை வேண்டுமானால் அறிந்து கொள்ள முடியும். உங்களது உழைப்பிற்காக பணம் கொடுக்கிறார்கள் என்பதோடு மகிழ்ச்சி அடையுங்கள். உங்களுக்கான பணத்தை பெற்றுக் கொண்டு அமைதியாக இருங்கள். அதற்கான புகழை மறந்து விடுங்கள்."

"அப்படியா...?" என்று கவலையுற்றவராக லால் மோகன் பாபு கேட்டார். "அப்படி என்றால் வங்காளம் புகழையும் பம்பாய் பணத்தையும் தரும் என்றா சொல்ல வருகிறீர்கள்?"

"அதேதான்." என்றார் ஃபெலுடா.

இதற்குள் மகாலஷ்மி என்று ஃபெலுடா குறிப்பிட்ட இடத்தை நாங்கள் தாண்டிச் சென்று கொண்டிருந்தோம். விரைவிலேயே அதை விட்டு நகர்ந்து விட்டோம். இப்போது நாங்கள் பின்தொடர்ந்து வந்த டாக்ஸி வலது பக்கம் திரும்பியது. "சார்! நீங்கள் தங்கவிருக்கும் ஓட்டலுக்குப் போக வேண்டுமென்றால். நேராகப் போக வேண்டும்" என்றார் டிரைவர்.

"இல்லை. வலது புறம் திரும்புங்கள்."

நாங்கள் வலதுபுறம் திரும்பி மீண்டும் அந்த டாக்ஸியை பின்தொடர்ந்தோம். ஒருசில நிமிடங்களிலேயே அந்த டாக்ஸி ஒரு கட்டிடத்தின் வாசலில் சென்று நின்றது. ஃபெலுடா எங்களது டிரைவரிடம் வண்டியை கட்டிடத்திற்கு வெளியே நிறுத்தும்படி கூறினார். நாங்கள் மூவரும் வண்டியிலிருந்து இறங்கினோம். உடனேயே லால்மோகன் பாபுவிடமிருந்து ஒருவிதமான சத்தம் வந்தது. கேட்பதற்கு ஒரு விக்கல் சத்தம் போல அது இருந்தது.

அதற்கான காரணம் மிகத் தெளிவாகவே தெரிந்தது. நாங்கள் ஒரு அடுக்கு மாடி கட்டிடத்தின் முன்பாக நின்றிருந்தோம். உயர்ந்து நின்ற அதன் சுவரில் பெரிய எழுத்தில் எழுதியிருந்தது

சிவாஜி கோட்டை...

மூன்று

அதைப் பார்த்தவுடனேயே எனக்குத் தூக்கி வாரிப் போட்டது. ஒரு சில நொடிகளுக்கு என்னால் பேசவே முடியவில்லை. "இதைத் தான் கொட்டை எழுத்துக்களில் டெலிபதி என்று சொல்வார்களோ?" என்று வியந்தபடி சொன்னார் லால் மோகன் பாபு.

ஃபெலுடா எதுவும் பேசவில்லை. அவர் அந்தக் கட்டிடத்தை மட்டுமே பார்க்கவில்லை. அவரது கூரிய பார்வை சுற்றுமுற்றும் விழுந்த வண்ணம் இருந்தது. இடது புறத்தில் அதேபோன்ற பெரிய கட்டிடங்கள் இருந்தன. ஒவ்வொன்றிலும் குறைந்தது 20 மாடிகள் இருக்கும். வலதுபுறத்தில் இருந்த கட்டிடங்கள் பழையவையாகவும், உயரம் குறைந்தவையாகவும் இருந்தன. இந்தக் கட்டிடங்களின் இடையே இருந்த இடைவெளியில் தூரத்தில் இருந்த கடல் கண்ணில் தென்பட்டது.

கொஞ்சம் குழப்பத்துடனேயேதான் அந்த டிரைவர் எங்களைப் பார்த்துக் கொண்டிருந்தார் ஃபெலுடா அவரை காத்திருக்கச் சொல்லிவிட்டு கேட் வழியாக உள்ளே சென்றார். லால் மோகன் பாபுவும் நானும் அசட்டுத் தனத்தை முகத்தில் தேக்கிக் கொண்டவர்களாக வெளியே நின்றிருந்தோம்.

3 நிமிடங்களுக்குள்ளாகவே ஃபெலுடா திரும்பி வந்தார். "நாம் இப்போது ஷாலிமார் ஹோட்டலுக்கு போகலாம்" என்று அவர் டிரைவரிடம் சொன்னார்.

நாங்கள் மீண்டும் பயணத்தை தொடர்ந்தோம். ஃபெலுடா ஒரு சிகரெட்டை பற்றவைத்துக் கொண்டவாறே சொன்னார். "அநேகமாக நீங்கள் கொடுத்த பாக்கெட் 17வது மாடிக்கு சென்றிருக்கும்!"

“அடக் கடவுளே! நீங்கள் என்ன மந்திரவாதியா? மூன்றே நிமிடங்களில் அந்த பாக்கெட்டை வாங்கிய ஆள் எங்கே சென்றான் என்பதை உங்களால் கண்டுபிடிக்க முடிந்திருக்கிறதே!” என்று கேட்டார் லால்மோகன் பாபு.

“அவன் எங்கே சென்றிருக்கக் கூடும் என்பதைத் தெரிந்து கொள்வதற்காக 17வது மாடிக்கு ஏற வேண்டிய அவசியமில்லை. தரைத் தளத்தில் லிப்டிற்கு மேலாக ஒரு போர்ட் இருக்கிறது. நான் அங்கே போய்ச் சேருவதற்கு முன்பாகவே, லிப்ட் மேலே எழும்பத் தொடங்கியிருந்தது. அது எந்த தளத்தில் நிற்கிறது என்பதை அந்த போர்ட் காட்டிக் கொண்டிருந்தது. அதில் தெரிந்த கடைசி எண் 17. இப்போது புரிகிறதா உங்களுக்கு?”

லால்மோகன் பாபு பெருமூச்சு விட்டார். “ஆமாம். சாதாரண விஷயங்களைக் கூட என்னால் சிந்திக்க முடியாதது ஏன் என்றுதான் என்னால் புரிந்து கொள்ள முடியவில்லை.”

எங்களது ஓட்டலை அடைவதற்கு ஐந்து நிமிடம்தான் பிடித்தது. எங்களுக்கு 5வது மாடியில் இரண்டு பேருக்கான அறை கொடுக்கப் பட்டது. எங்களறைக்கு எதிரே லால் மோகன் பாபுவிற்கு தனியறை. எங்கள் அறை கீழே தெருவை பார்க்கும்படியாக இருந்தது. ஒவ்வொரு முறை ஜன்னல் வழியாக வெளியே பார்க்கும்போதும் முடிவேயில்லாது போக்குவரத்து சென்று கொண்டிருப்பதை என்னால் பார்க்க முடிந்தது. எங்கள் ஜன்னலுக்கு நேரெதிரே இரண்டு அடுக்கு மாடி கட்டிடங்கள் இருந்தன. அதனூடாக கடலை பார்க்கவும் முடிந்தது. அறையை விட்டு வெளியே போகாமலேயே பம்பாய் நகரம் எவ்வளவு உயிரோட்டமானது, வசதியானது என்பதை எளிதாகக் கூறிவிடலாம்.

எங்கள் எல்லோருக்குமே நல்ல பசி. எனவே அவசர அவசரமாகவே குளித்துவிட்டு இரண்டாவது மாடியில் இருந்த குல்மார்க் எனும் சிற்றுண்டியகத்திற்கு சென்றோம். உணவிற்கான ஆர்டரைக் கொடுத்ததும், இதுவரையில் அவரது வாயிலிருந்து வெளிவரத் துடித்துக் கொண்டிருந்த கேள்வியைக் கேட்டார் லால்மோகன் பாபு.

“ஃபெலு பாபு, அப்படி என்றால் நீங்கள் கூட இங்கே ஏதாவது அதிதீவிரச் செயலுக்கான வாய்ப்பு உள்ளது என்று நினைக்கிறீர்களா?”

இந்தக் கேள்விக்கு ஃபெலுடா பதிலேதும் அளிக்கவில்லை. மாறாக அவர் ஒரு கேள்வியை கேட்டார்.

“உங்களிடமிருந்து அந்தப் புத்தகத்தை வாங்கியதும் அந்த ஆள் என்ன செய்தான் என்பதை கவனித்தீர்களா?”

“அதை வாங்கிக் கொண்டு அந்த ஆள் அங்கிருந்து சென்று விட்டான். அதுதானே?”

“இல்லை. அவன் போவதை நீங்கள் பார்த்தீர்களே தவிர மற்ற விஷயங்களை கவனிக்கத் தவறி விட்டீர்கள். உங்களிடமிருந்து நகர்ந்ததும் அவன் சற்றே நின்று தனது பாக்கெட்டிலிருந்து சில நாணயங்களை எடுத்தான்.”

“டெலிபோன்!” என்று நான் உற்சாகமாகச் சொன்னேன்.

“நன்றாகவே பதில் சொல்லியிருக்கிறாய் தொப்ஷே. பொதுத் தொலைபேசியிலிருந்து இந்த நகரத்திலிருக்கும் யாருக்கோ அவன் போன் செய்திருக்கிறான். நமது பைகளுக்காக காத்திருந்த நேரத்தில் அவனை நான் மீண்டும் பார்த்தேன்.”

“எங்கே பார்த்தீர்கள்?”

‘‘விமான நிலையத்திற்கு வெளியே ஒரு கார் நிறுத்தப் பட்டிருந்ததை கவனித்தீர்களா? நாம் நின்று கொண்டிருந்த இடத்திற்கு நேர் எதிரேதான் அது இருந்தது.”

“ஆமாம். ஆமாம்!” என்று நான் கத்தினேன். லால்மோகன் பாபு ஏதும் பேசவில்லை.

“அந்த ஆள் ஒரு நீல நிற அம்பாசிடர் காரில் ஏறி அமர்ந்து கொண்டான். அந்த டிரைவர் காரை இயக்க முயற்சித்தான். ஐந்து நிமிடங்களுக்குப் பிறகும் கூட ஒன்றும் நடக்கவில்லை. அந்த ஆள் காரை விட்டு வெளியே வந்து டிரைவரை சத்தம் போட்டான். அவன் என்ன சொன்னான் என்பதை என்னால் கேட்க முடியவில்லை என்ற போதிலும் அவனது முகத்தில் தெரிந்த உணர்வு, அவனது அங்க அசைவுகள் ஆகியவை அவன் மிகுந்த அதிருப்தியை அடைந்ததைக் காட்டின. இறுதியில் அந்த காரில் போகும் எண்ணத்தை அவன் கைவிட்டு விட்டு அங்கிருந்து நகர்ந்து விட்டான்.”

“டாக்ஸி பிடிப்பதற்காக!” இந்த முறை குரல் கொடுத்தது லால் மோகன் பாபு.

“அதேதான். இதிலிருந்து உங்களுக்கு என்ன தெரிகிறது?”

“அந்த மனிதன் மிகுந்த அவசரத்தில் இருந்திருக்கிறான்.”

“மிகவும் சரி. கண்களையும் மூளையையும் எப்போதும் திறந்தே வைத்திருக்க வேண்டும். அப்படி வைத்திருந்தால் ஒருசில

உண்மைகளை மிக எளிதாகவே உங்களால் புரிந்து கொள்ள முடியும் என்பதை உணர்வீர்கள். எனவேதான் அந்த டாக்ஸியை நான் பின்தொடர்ந்து செல்ல முயன்றதற்கு ஒரு காரணம் இருந்தது."

"ஆமாம். ஆனால் உங்கள் மனதில் என்னதான் இருக்கிறது?" நேராக நிமிர்ந்து முழங்கைகளை மேஜையின் மீது ஊன்றிக் கொண்டே லால்மோகன் பாபு கேட்டார்.

"ஒன்றுமில்லை. குறிப்பாக ஒன்றுமில்லை ஒரே ஒரு சந்தேகம்தான் இருந்தது... ஏதோ ஒன்றைப் பற்றி சின்ன சந்தேகம்"

அதன் பிறகு நாங்கள் வேறு விஷயங்களைப் பற்றி பேசிக் கொண்டிருந்தோம். அந்த விஷயம் குறித்த பேச்சு மீண்டும் எழவில்லை.

சற்று நேர ஓய்விற்குப் பிறகு, சுமார் ஐந்து மணியளவில் லால் மோகன் பாபு எங்கள் அறைக்கு வந்தார். நாங்கள் டீக்கு ஆர்டர் கொடுத்து விட்டு, அதைக் குடித்துக் கொண்டிருந்த நேரத்தில்தான் கதவை யாரோ தட்டும் சத்தம் கேட்டது. உள்ளே வந்த நபருக்கு நிச்சயமாக 35 வயதிற்கு மேல் இருக்க முடியாது. ஆனால் அவரது அடர்த்தியான, சுருட்டை முடி ஏற்கனவே வெளுத்துப் போயிருந்தது.

"ஹலோ லாலுடா! எப்படி இருக்கிறீர்கள்? எல்லாம் சரியாக இருக்கிறதல்லவா?" என்று கேட்டார் அவர்.

லாலுடா! லால்மோகன் பாபுவை யாரோ ஒருவர் லாலுடா என்றுகூட அழைக்க முடியும் என்று நான் நினைத்துக் கூட பார்த்ததில்லை. அப்படியென்றால் இவர்தான் புலாக் கோஷாலாக இருக்க வேண்டும். தனது தொழிலைப் பற்றி யாருக்கும் சொல்ல வேண்டாம் என்று ஃபெலுடா ஏற்கனவே லால்மோகன் பாபுவிடம் எச்சரித்து வைத்திருந்தார். எனவே அவர் பெலுடாவை தனது நண்பர் என்று மட்டுமே அறிமுகப்படுத்தினார். திரு. கோஷால் ஃபெலுடாவை ஒரு கணம் உற்றுப் பார்த்து விட்டு, மிகுந்த வருத்தத்துடன் தலையை ஆட்டிக் கொண்டே சொன்னார். "நீங்கள் லாலுடாவின் நண்பர். அப்படியென்றால் நமது ஆள். நாங்கள் இங்கே கதாநாயகனைத் தேடி அலைந்து கொண்டிருக்கிறோம். மிஸ்டர் மித்தர் நீங்கள் இந்தி பேசுவீர்களா?"

ஃபெலுடா புன்னகைத்தார். இல்லை. "எனக்கு இந்தி பேச வராது. அதைவிட மோசமான விஷயம் என்னவென்றால் எனக்கு

நடிக்கத் தெரியாது. இன்னமும் ஏன் கதாநாயகனை தேடிக் கொண்டிருக்கிறீர்கள்? அர்ஜுன் மெஹ்ரோத்ராவை இறுதிப் படுத்தி விட்டீர்கள் என்றல்லவா நான் நினைத்திருந்தேன்?"

"ஆமாம். இருந்தாலும் அர்ஜுன் நிறையவே மாறிவிட்டார். பழைய மாதிரியான ஆளல்ல அவர். முடிவேயில்லாமல் கோரிக்கைகளை வைப்பதற்கு அவர் இப்போது நன்றாகவே கற்றுக் கொண்டு விட்டார். உங்களுக்குத் தெரியுமா? இந்த நடிகர்களை நான் ஹீரோ என்றே அழைப்பதில்லை. திரையில் அவர்கள் ஹீரோக்களாக நடிப்பது பற்றி கவலைப்படாதீர்கள். அடிமட்டத்தில் இவர்கள் அனைவருமே வில்லன்கள்தான். திரைப்படத் தயாரிப்பாளர்களும் இவர்களை கெடுத்து குட்டிச்சுவராக்கிக் கொண்டிருக்கிறார்கள். அது போகட்டும். நாளை மறுநாள் நடக்கவிருக்கும் படப்பிடிப்பிற்கு உங்களை அழைப்பதற்காகத்தான் நான் வந்தேன். அந்த இடம் இங்கிருந்து சுமார் 70 மைல் தூரத்தில் உள்ளது. உங்கள் டிரைவருக்கு அந்த இடம் தெரியும். எவ்வளவு சீக்கிரமாக முடியுமோ அவ்வளவு சீக்கிரமாக புறப்படுங்கள். எனது படத்தின் தயாரிப்பாளர் மிஸ்டர் கோரே இங்கே இல்லை. அவர் தனது படத்தை விற்பதற்காக தில்லி, கல்கத்தா, சென்னை ஆகிய இடங்களுக்குச் சென்றிருக்கிறார். இருந்தாலும் உங்களை நன்றாக கவனித்துக் கொள்ளுமாறு என்னிடம் சொல்லியிருக்கிறார்."

அந்த இடம் எங்கேயிருக்கிறது?

"கண்டாலாவிற்கும் லோனாவாலாவிற்கும் இடையே இருக்கிறது. ஒரு ட்ரெயினுக்கு உள்ளேதான் படப்பிடிப்பு நடைபெற விருக்கிறது. போதுமான அளவிற்கு பயணிகள் இல்லையென்றால் ஒரு கோச்சில் உங்களைக் கூட உட்காரச் சொல்வேன்."

"அப்படியா? அது போகட்டும். நாங்கள் சிவாஜி கோட்டையைப் பார்த்தோம்." என்றார் லால்மோகன் பாபு.

அவரது வார்த்தைகள் திரு.கோஷாலின் முகத்தில் சற்றே கவலையை ஏற்படுத்தியது. "உண்மையாகவா? எப்போது?"

"நாங்கள் விமான நிலையத்திலிருந்து வரும்போது. சுமார் 2 மணி இருக்கும்."

"அப்படியா? அப்படி என்றால் அதுவும் 2 மணிக்குப் பிறகுதான் நடந்திருக்கும்!"

"என்ன நடந்தது?"

"கொலை?"

"என்ன?" கிட்டத்தட்ட நாங்கள் மூன்று பேருமே ஒரே நேரத்தில் அதிர்ச்சியை வெளியிட்டோம். கொலை என்ற வார்த்தையே எங்களுக்குள் தானாகவே ஒருவித நடுக்கத்தை ஏற்படுத்தியது.

கோஷால் எங்களிடம் சொன்னார். அரை மணி நேரத்திற்கு முன்புதான் இந்த விஷயமே எனக்குத் தெரியும். அந்த கட்டிடத்திற்கு நான் வழக்கமாகச் செல்வதுண்டு. மிஸ்டர் கோரே அங்குதான் 12வது மாடியில் வசிக்கிறார். நான் அந்த பெயரை ஏன் மாற்ற வேண்டியதிருந்ததுத என்று இப்போது புரிகிறதா? ஆனால் மிஸ்டர் கோரே மிக நல்ல மனிதர். அந்தக் கட்டிடத்தின் உள்ளே சென்றீர்களா?

"நான் போனேன். அதுவும் லிப்ட் இருக்கும் இடம் வரையில்தான். அதற்கு மேலே போகவில்லை" என்றார் ஃபெலுடா.

"அடக் கடவுளே! அந்தக் கொலையும் கூட லிப்ட்டிற்குள்ளேதான் நடந்திருக்கிறது. அந்த உடல் யாருடையது என்று இன்னமும் தெரியவில்லை. அடியாள் போல இருக்கிறான் என்றுதான் நான் நம்புகிறேன். மூன்றாவது மாடியில் தியாகராஜன் என்றொருவர் வசிக்கிறார். சுமார் 3 மணி அளவில் லிப்டிற்காக அவர் பட்டனை அமுக்கியிருக்கிறார். மேலிருந்து லிப்ட் கீழே இறங்கியது. தியாகராஜன் அதற்குள்ளே நுழைய முயன்றபோதுதான் என்ன நடந்துள்ளது என்பதை பார்த்திருக்கிறார். அந்த ஆள் வயிற்றில் குத்தப்பட்டிருந்தது. படு மோசமான விஷயம்!"

"அந்த நேரத்தில் லிப்டில் வேறு யாரும். போய் வந்ததை பார்த்தார்களா?" ஃபெலுடா கேட்டார்.

"இல்லை. லிப்டிற்கு அருகே இருந்த பகுதிக்கு யாருமே வரவில்லை. இரண்டு டிரைவர்கள் வெளியே காத்துக் கொண்டிருந்தார்கள். 5,6 பேர் கட்டிடத்திற்குள் போனதை அவர்கள் பார்த்திருக்கிறார்கள். அதில் ஒரு ஆள் சிவப்புச் சட்டை போட்டிருந்திருக்கிறான். மற்றொருவர் தோளில் பையை மாட்டிக் கொண்டு பழுப்பு நிற...."

ஃபெலுடா கையை உயர்த்தி அவர் பேச்சை நிறுத்தினார். "இரண்டாவதாக நீங்கள் சொன்ன நபர் நான்தான்." இதற்கு மேலும் விவரங்கள் தேவையில்லை.

ஒருநிமிடம் என் இதயம் ஏறி இறங்கியது. அப்படியென்றால் ஃபெலுடா இப்போது ஒரு கொலை வழக்கில் இறங்கப் போகிறாரா என்ன?

கோஷால் சற்றே சமாதானப்படுத்தும் தோரணையில் சொன்னார். "எப்படி இருந்தாலும் அதைப் பற்றி கவலைப் படாதீர்கள். நீங்கள் கூடத்தான் லாலுடா. சிவாஜி கோட்டையில் கடத்தல்காரன் ஒருவன் வசிக்கிறான் என்று நீங்கள் கதையில் எழுதியிருந்தால்தான் என்ன? ஒன்றிரண்டு கடத்தல்காரர்களாவது வசிக்காத அடுக்கு மாடிக் கட்டிடம் எதுவுமே பம்பாயில் இல்லை. இதுவரையில் மேல் மட்டத்தில்தான் கொலை குத்து நடந்திருக்கிறது. அடிமட்டத்திற்கு அவர்கள் வருவது என்பது நீண்ட நாட்களாகி விட்டது. இந்த நகரம் முழுவதுமே கடத்தல்காரர்களால்தான் நடக்கிறது."

ஃபெலுடா சற்றே கவலைப்பட்டவரைப் போல தோன்றினார். எனினும் இன்னொருவர் உள்ளே வந்ததும் அவரது முகபாவம் மாறியது. மீண்டும் ஒருமுறை கதவைத் தட்டும் சத்தம் கேட்டதும் "அது விக்டராகத்தான் இருக்கும்" என்று கூறிக்கொண்டே கோஷால் தனது இருக்கையிலிருந்து எழுந்து, கதவைத் திறந்தார். நடுத்தர உயரமுள்ள ஒருவர் உள்ளே வந்தார். ஒல்லியாகவும், எதற்கும் வளைந்து கொடுப்பதாகவும் அவரது உடலமைப்பு இருந்தது.

"லாலுடா. இவரை உங்களுக்கு அறிமுகப்படுத்தியாக வேண்டும். இவர்தான் விக்டர் பெருமாள். குங்ஃபூ நிபுணர். ஹாங்காங்கில் பயிற்சி பெற்றார்."

பெருமாள் சிரித்துக் கொண்டே எங்கள் அனைவருடனும் கைகுலுக்கினார்.

"இவரால் ஓரளவிற்கு ஆங்கிலம் பேச முடியும். தென் இந்தியாவிலிருந்து வந்தாலும்கூட இந்தியும் நன்றாகப் பேசுவார். குங்ஃபூ பயிற்சி கொடுப்பவர் மட்டுமல்ல; மிகச்சிறந்த சண்டைக் கலைஞரும்கூட. இன்னும் சொல்லப் போனால் (ஹீரோவின் சகோதரர்) குதிரையிலிருந்து குதித்து ஓடும் ரயிலில் ஏறும் காட்சியை இவர்தான் உருவாக்க இருக்கிறார். அந்த சகோதரராக நடிக்கும் நடிகரைப் போன்று விக்டருக்கு தோற்றத்தை மாற்றி விடுவோம்."

விக்டரின் புன்னகையில் ஒருவிதமான நேர்மையும், ஒளிவு மறைவற்ற தன்மையும் தெரிந்தன. உடனடியாகவே அவரை நோக்கி நான் கவரப்பட்டேன். அதுபோக சண்டைக் கலைஞர்கள் மீது எனக்கு நல்ல மரியாதை உண்டு. ஆள்மாறி நடிக்கும் நடிகர்களின் நடிப்பால் ஹீரோக்கள் புகழை வாங்கிச் செல்கிறார்கள்.

ஆனால் இந்த சண்டைக் கலைஞர்களோ அன்றாடம் தங்களது உயிரைப் பணயம் வைக்கிறார்கள். அதுவும் மிகக் குறைவான பணத்திற்காக. அவர்களை பாராட்டத்தான் வேண்டும்.

விக்டர் பெருமாள் சொன்னார். ஆமாம். "எனக்கு குங்ஃபூ தெரியும். அது போலவே மொக்கா கிரியும் தெரியும்."

மொக்கா கிரி? என்ன அது? ஃபெலுடாவிற்குக் கூட அது என்னவென்று தெரியவில்லை. லால்மோகன் பாபுவை கேட்பது வீண்தான். ஏனென்றால் அவராக எழுதுகின்ற விஷயங்களை மட்டுமே அவர் படிப்பார். வேறெதையும் படிக்கும் பழக்கம் அவருக்கில்லை.

விக்டர்தான் அதை விளக்கினார். மொக்கா கிரி என்பது ஒருவிதமான சண்டை. கைகளில் உடம்பின் எடையைத் தாங்கிக் கொண்டு கைகளால் நடந்தவாறே காலைத்தூக்கி சண்டை போடுவது. ஆறு மாதங்களுக்கு முன்புதான் ஹாங்காங்கில் இந்தச் சண்டை அறிமுகப்படுத்தபட்டது. இக்கலை ஜப்பானில் தோன்றியது.

கொஞ்சம் தயக்கத்துடனேயே லால் மோகன் பாபு கேட்டார். "உங்கள் படத்தில் மொக்கா கிரியும் உண்டா?" கோஷால் சிரித்தவாறே தலையை ஆட்டினார். இல்லையில்லை. "குங்ஃபூவே சமாளிக்க போதுமானது. நவம்பர் மாத துவக்கத்திலிருந்தே 11 பேருக்கு காலையிலும் மாலையிலும் பயிற்சி அளித்து வருகிறோம்"

"நீங்கள் அதை எழுத மட்டுமே செய்திருக்கிறீர்கள். ஆனால் லாலுடா நடைமுறைப் பிரச்சனைகளை நாங்கள் தான் சமாளிக்க வேண்டியிருக்கிறது. ஆனால் நாளை மறுநாள் நீங்கள் பார்க்கவிருக்கின்ற காட்சியில் குங்ஃபூ இடம் பெறாது. இருந்தாலும் சண்டைக் கலைஞர்களின் சிறந்த திறமைகளில் சிலவற்றை நீங்கள் பார்க்கலாம். லாலுடா, உங்கள் கதையைக் கொண்டு நாங்கள் மிகச் சிறந்த திரைப்படத்தை உருவாக்குவோம். அதைப் பற்றி நீங்கள் கவலைப்பட வேண்டாம்."

விக்டரும் கோஷாலும் போனபிறகு ஜன்னல்கள் அனைத்தையும் திறந்தார் பெலுடா. உடனேயே அறை முழுவதும் கீழே ஓடும் போக்குவரத்து சத்தங்கள் நிரம்பின. நாங்கள் இருந்தது ஐந்தாவது மாடி என்பதால் அந்த சத்தம் இடையூறாக இருக்கவில்லை. நாங்கள் யாரும் ஏசி பயன்படுத்தும் வழக்கம் இல்லை என்பதால் ஜன்னலை மூடிவிட்டு அதை இயக்க விரும்பவில்லை. சத்தம் ஒரு

பிரச்சனையே இல்லை. என்ன இருந்தாலும் ஜன்னல் மூலமாக சத்தம் மட்டும் வரவில்லை. தூய்மையான காற்றும்தான் வந்தது.

ஃபெலுடா திரும்பி வந்து சோபாவில் அமர்ந்து, கொஞ்சம் தீவிரமாகவே சொன்னார். "லால்மோகன் பாபு. நீங்கள் கூறிக்கொண்டிருந்த அந்த அதி தீவிரச் செயலின் வாசனை அமைதியைக் குலைக்கும் வகையில் கூடுதலாகவே ஆகி வருகிறது. அந்த பாக்கெட்டை கொண்டு வந்து கொடுப்பதற்கு நீங்கள் ஒப்புக் கொண்டிருந்திருக்கக் கூடாது. அந்த நேரத்தில் நான் மட்டும் உங்கள் அருகே இருந்திருந்தால் அவ்வாறு செய்யாதீர்கள் என்று சொல்லியிருப்பேன்."

லால்மோகன் பாபு கொஞ்சம் கவலையடைந்தவராகத் தோன்றினார். "நான் என்ன செய்வது? அந்த மனிதர் எனது கதைகளில் இன்னமும் ஆர்வமிருப்பதாகச் சொன்னார். அடுத்த கதையை அவருக்காக ஒதுக்கி வைக்குமாறு என்னிடம் கூறினார். அதன் பிறகு நான் எப்படி அவருக்கு மறுப்பு தெரிவிக்க முடியும்?"

ஃபெலுடா சொன்னார். "சாதாரணமாக, இது போன்ற பாக்கெட்டை யாராவது பயணி எடுத்துச் சென்றால் விமான நிலையத்தில் இருக்கும் பாதுகாப்பு அதிகாரிகள் அதைப் பிரித்து

உள்ளே என்ன இருக்கிறதென்று பார்ப்பார்கள். நீங்கள் பார்ப்பதற்கு முற்றிலும் சாதுவானவராகத் தென்பட்டதால் அதைப் பொருட்படுத்தவில்லை. அவர்கள் மட்டும் அப்படி சோதனை செய்திருந்தால், என்ன கண்டுபிடித்திருப்பார்கள் என்று கடவுளுக்குத்தான் தெரியும். அந்த பாக்கெட்டுக்கும் கொலைக்கும் நடுவே என்ன தொடர்பிருக்கிறது என்று யாருக்குத் தெரியும்?"

லால்மோகன் பாபு தொண்டையை சரிப்படுத்திக் கொண்டு பேசத் துவங்கினார். "ஆமாம். ஆனால் ஒரு புத்தகத்தில் அப்படி என்ன...?"

"ஒருவேளை அது புத்தகமாக இல்லாமலிருந்தால்? அல்லது புத்தகத்தை விட மேலானதாக இருந்தால்? முகலாயர்கள் காலத்தில் சில நேரங்களில் மோதிரங்களில் கூட விஷத்தை எடுத்துச் செல்வதுண்டு. நிச்சயமாக அதை நீங்கள் கேள்விப்பட்டிருப்பீர்கள். இல்லையா? இப்போது அந்த மோதிரத்தில் விஷம் இருக்கும்போது அதை மோதிரம் என்றா சொல்வீர்கள்? அது விஷத்தை சேமித்து வைக்கும் பொருளாகவும் மாறிவிடுகிறது இல்லையா? எப்படியிருந்தாலும், உங்களுக்கு அளித்த பொறுப்பை நீங்கள் நிறைவேற்றி விட்டீர்கள். எனவே இனிமேல் உங்களுக்கு எந்த ஆபத்தும் கிடையாது என்றுதான் நினைக்கிறேன்."

"நீங்கள் அப்படியா நினைக்கிறீர்கள்?" ஒரு வழியாக லால் மோகன் பாபுவின் முகத்தில் புன்னகை அரும்பியது.

"நிச்சயமாக. எப்படியிருந்தாலும், உங்களுக்கு அபாயம் என்றால், அது எங்களுக்கும் சேர்த்துதான். நாம் ஒரே கயிற்றால் பிணைக்கப்பட்டிருக்கிறோம். இல்லையா? யாராவது அந்த கயிற்றை இழுத்தால், நாம் மூன்று பேரும்தான் அவர்களிடம் சிக்குவோம்!"

லால்மோகன் பாபு 'விருக்' என எழுந்து நின்று குங்ஃபூ வீரரைப் போல இடது காலை உயரே வீசியவாறே சொன்னார். "முப்பெரும் வீரர்களுக்கு வாழ்த்துக்கள்!"

ஃபெலுடாவும் நானும் அவரது உற்சாகத்தில் இணைந்து கொண்டு "வெற்றி ! வெற்றி!" என்று குரல் கொடுத்தோம்.

நான்கு

சுமார் ஆறு மணி அளவில் நாங்கள் ஓட்டலை விட்டுக் கிளம்பினோம். எந்த ஒரு நகரத்தையும் கால்நடையாக நடந்து பார்க்காமல் யாராலும் அதை தெரிந்து கொள்ளவே முடியாது. இதே போன்றுதான் ஜோத்பூர், வாரணாசி, தில்லி, காங்டாக் ஆகிய நகரங்களை சுற்றியிருக்கிறோம். பம்பாயிலும் ஏன் அப்படிச் செய்யக் கூடாது?

வலதுபுறத்தில் சற்று தூரத்தில் கெம்ப்ஸ் கார்னர் பகுதி இருந்தது. அங்கே பிரமிப்பூட்டும் மேம்பாலம் ஒன்றை பார்த்தோம். அது ஒரு பாலத்தைப் போலவேதான் பிரம்மாண்டமான தூண்களின் மீது நின்று கொண்டிருந்தது. அதன் மேலாகவும், கீழாகவும் வண்டிகள் போய் வந்து கொண்டிருந்தன. அந்த பாலத்திற்குக் கீழே உள்ள சாலையைக் கடந்து கிப்ஸ் ரோடு வந்தோம். எங்களுக்கு வலது புறமிருந்த பகுதியை சுட்டிக்காட்டி அது தொங்கும் தோட்டம் வரை செல்கிறது என்று பெலுடா சொன்னார். இந்த தோட்டம் இருக்கும் மலைக்கு மலபார் ஹில்ஸ் என்று பெயர் என்றும் சொன்னார்.

நாங்கள் கடலை அடைவதற்கு இன்னும் ஒரு மைல் தூரம் நாங்கள் நடக்க வேண்டியிருந்தது. வேகமாக ஓடிக் கொண்டிருந்த போக்குவரத்தை சமாளித்தவாறு சாலையைக் கடந்து சென்றோம். ஒரு பெரிய கல் சுவருக்கு அருகே நாங்கள் நின்று கொண்டிருந்தோம். அந்த சுவரின் உச்சி என் இடுப்புவரைதான் வந்தது. அந்த சுவற்றிற்கு பின்புறத்தில் கடல் ஓசையிட்டுக் கொண்டிருந்தது. அதன் அலைகள் சுவற்றில் வந்து மோதிக் கொண்டிருந்தன.

எங்களுக்கு இடதுபுறத்தில் இருந்த சாலை கிழக்குப் பக்கமாக சென்று பின் திரும்பி தெற்குதிசை நோக்கி சென்று கொண்டிருந்தது.

அஸ்தமிக்கும் சூரியனை சோம்பேறித்தனமாக பார்த்தபடி விண்ணை முட்டும் கட்டிடங்கள் வரிசையாக நின்று கொண்டிருந்த இடத்தில் இந்த சாலை முடிந்தது. நாங்கள் பார்த்த அந்த வளைவுதான் மரைன் டிரைவ் என்று அழைக்கப்படும் பகுதியாகும்.

"இங்கே கடத்தல்காரர்கள் இருக்கிறார்கள் என்பதை பொருட்படுத்தாதீர்கள்! அந்த கடலைப் பாருங்கள்! மலையைப் பாருங்கள்! பம்பாய் ஒரு பிரமிப்பூட்டும் நகரம் என்றுதான் சொல்வேன்! என்று கொஞ்சம் சத்தமாகவே கூறினார் லால் மோகன் பாபு."

அந்த கல் சுவர் ஓரமாகவே நாங்கள் மரைன் டிரைவை நோக்கி நடந்தோம். எங்களுக்கு இடது புறமிருந்த சாலையில் வேகமாக ஓடிக் கொண்டிருந்த வண்டிகள் தூரத்திலிருந்து பார்ப்பதற்கு எறும்புகள் வரிசையாக ஊர்ந்து செல்வதைப் போலவே தோன்றின. சற்று நேரத்திற்கு பிறகு லால் மோகன் பாபு மீண்டும் ஒரு கருத்தை வெளியிட்டார்.

"இங்கே பெருநகர வளர்ச்சி ஆணையம் தீவிரமாக செயல்படுவதாகத் தோன்றவில்லை. அப்படித்தானே? அவர்கள் எப்போதும் சாலைகளை தோண்டுவதாகத் தெரியவில்லையே?" என்றார் அவர்.

"ஏன் அப்படிச் சொல்கிறீர்கள்? இங்கே குண்டும் குழியும் காணப்படவில்லை என்பதால் சொல்கிறீர்களா?"

"ஆமாம். நாம் விமான நிலையத்தை விட்டு வெளியே வந்தபோதே நான் கவனித்தேன். வண்டியில் நாம் பயணம் செய்தபோதும் எந்த குலுக்கலும் அதிர்வும் இருக்கவில்லை. வியப்பான விஷயம்தான்!"

"கடலுக்கு அருகே மக்கள் கூட்டமாக இருந்த ஒரு பகுதியைப் பார்த்தேன். கல்கத்தாவில் ஹாகீத் மினார் பகுதியில் ஞாயிற்றுக் கிழமைகளில் கூடும் கூட்டத்தைப் போலவே அந்தப் பகுதி இருந்தது. அப்பகுதியை நாங்கள் நெருங்கிச் சென்றபோதுதான் அப்பகுதிக்கு சௌபாத்தி என்று பெயர்" என ஃபெலுடா கூறினார். இப்பகுதி எப்போதுமே கூட்டமாகவே இருக்கும் என்பதாகத்தான் தோன்றியது. வரிசையாக கடைகள் இருந்தன. அநேகமாக பேல்பூரி, சாட் வகைகள், ஐஸ்கிரீம் ஆகியவற்றை இக்கடைகள் விற்குமென நினைத்தேன்.

எனது யூகம் மிகச் சரியாகத்தான் இருந்தது. ஏதோ ஒரு பெரிய திருவிழா நடைபெறுவதைப் போலத்தான் அப்பகுதி

தோற்றமளித்தது. பம்பாய் நகரத்தில் வசிப்போரில் பாதிப் பேர் அங்கே வந்து குழுமி விட்டார்களோ என்று தோன்றியது. லால் மோகன் பாபு எங்களது பேல்பூரி வாங்கித் தருவதாகச் சொன்னார். விரைவில் அவருக்கு நிறைய பணம் கிடைக்கவிருக்கிறது. எனவே அவரால் செலவழிக்க இயலும் என்ற நிலையில் நாங்கள் ஒப்புக் கொண்டோம். பேல்பூரி பொட்டலங்களை வாங்கிக் கொண்டு அந்த கூட்டத்தை விட்டு விலகி வந்து கடற்கரையில் அமர்ந்தோம். எனது கடிகாரத்தில் மணி ஆறே முக்கால். இருந்த போதிலும் வானம் செவ்வானமாகத்தான் இருந்தது. எங்களைப் போலவே மேலும் பலரும் கடற்கரையில் ஹாயாக அமர்ந்து ஓய்வெடுத்துக் கொண்டிருந்தார்கள். லால் மோகன் பாபு பேல்பூரியை சாப்பிட்டு முடித்து விட்டு, கையை வீசியவாறே சமஸ்கிருத ஸ்லோகம் ஒன்றை சொல்லத் துவங்கினார். அவரது குரலொலி திடீரென்று நின்றுவிட்டது. அருகே ஆங்காங்கே அமர்ந்திருந்த கூட்டத்திலிருந்து செய்தித்தாளின் ஒரு காகிதம் மட்டும் அவரை நோக்கிப் பறந்து வந்து அவரது முகத்தில் ஒட்டிக் கொண்டு, அவரது குரலெழும்பாமல் தடுத்தது.

அவர் அந்த காகிதத்தை முகத்திலிருந்து எடுத்து லேசாக பார்த்துவிட்டு சொன்னார். ஈவினிங் நியூஸ்! பெலுடா அந்த காகிதத்தை அவரிடமிருந்து பிடுங்கினார்.

"அந்த பத்திரிகையின் பெயரை மட்டும்தான் பார்த்தீர்கள். ஆனால் தலைப்புச் செய்தியை பார்க்கவில்லையே!" என்றார் ஃபெலுடா.

நாங்கள் அனைவரும் அந்த காகிதத்தை உற்றுப் பார்த்தோம். அடுக்கு மாடிக் கட்டிட லிப்டில் படுகொலை என்று அந்த தலைப்புச் செய்தி அறிவித்தது. அதற்கு கீழே கொலை செய்யப்பட்டவரின் படம் இருந்தது. ஆனால் இறந்து கிடந்த மனிதன் அந்த சிவப்புச் சட்டை அணிந்தவன் அல்ல.

அந்தச் செய்தியின்படி, இந்தக் கொலை மதியம் இரண்டிலிருந்து இரண்டரை மணிக்குள் நடைபெற்றிருக்க வேண்டும். இன்னும் கொலையாளி பிடிபடவில்லை என்றபோதிலும் போலீஸ் தனது விசாரணையை துவக்கியிருந்தது. கொலை செய்யப்பட்டவரின் பெயர் மங்கள்ராம் சேத். சிலகாலமாகவே கறுப்புச் சந்தை, கள்ளக் கடத்தல் ஆகியவற்றில் ஈடுபட்டு வந்த அவரை போலீஸ் தேடிக் கொண்டிருந்தது. லிப்ட்டிற்குள் சண்டை நடந்தது போன்ற அறிகுறி இருந்தது. அங்கே கிடைத்த ஒரே ஒரு தடயம்

கொலையுண்டவரின் உடலுக்கு அருகே கிடந்த ஒரு துண்டு சீட்டு மட்டுமே ஆகும். அதில் ஒரு பெயர் எழுதியிருந்தது. அந்தப் பெயர்...

அஹ்ற...ஹ்ற...ஹ்ற...

ஒரு விதமான முனகல் ஒலி லால்மோகன் பாபுவின் தொண்டையிலிருந்து வெளிப்பட்டது. ஒருவேளை மயங்கி விழுந்து விட்டால் என்ன செய்வதென்று எனது கைகளை க்கொண்டு அவரைப் பிடித்துக் கொண்டேன். லிப்டில் கண்டெடுக்கப்பட்ட துண்டுச் சீட்டில் மிஸ்டர் கங்குலி, கறுப்பு நிறம், குள்ளம், வழுக்கைத் தலை, மீசை என்று எழுதியிருந்ததாக குறிப்பிட்டதுடன் அந்த அறிக்கை முடிவடைந்தது.

ஃபெலுடா அந்தச் செய்தியைப் படித்து முடித்த உடனேயே லால்மோகன் பாபு அந்தக் காகிதத்தை பறித்து சுக்குநூறாகக் கிழித்து காற்றில் பறக்க விட்டார்.

“நீங்கள் என்ன செய்கிறீர்கள்? இந்த அழகான, தூய்மையான கடற்கரையில் குப்பை போடுகிறீர்களே?” என்று குறைப்பட்டுக் கொண்டார் ஃபெலுடா.

லால்மோகன் பாபுவிற்கு இன்னமும் பேச்சு வரவில்லை. இப்போது ஃபெலுடா கொஞ்சம் கடுமையாக நடந்து கொள்ள வேண்டியிருந்தது. “அந்த விவரத்திலிருந்து அது குறிப்பிடுவது உங்களைத்தான் என்று இந்த நகரம் முழுவதுமே தெரிந்து கொண்டு விடும் என உண்மையிலேயே நீங்கள் நம்புகிறீர்களா என்ன?”

லால்மோகன் பாபு இன்னமும் கவலை தோய்ந்தவராகவே தோன்றினார். பின்பு ஆழமாக செருமியபடி பேச முற்பட்டார். “ஆனால்... ஆனால் இதன் பொருள் என்னவென்று உங்களால் உணர முடிகிறதல்லவா? கொலையாளி யாரென்று உங்களால் ஊகிக்க முடிகிறதா?”

ஒரு சில நொடிகள் அவரையே உற்றுப் பார்த்து விட்டு ஃபெலுடா மெதுவாகச் சொன்னார். “லாலுடா! நீங்கள் நான்கு வருடம் என்னோடு பழகியிருக்கிறீர்கள். அப்படியிருந்த போதிலும் அமைதியாகவும், அறிவு பூர்வமாகவும் சிந்திக்க நீங்கள் கற்றுக் கொள்ளவில்லை. அப்படித்தானே?”

“ஏன்? ஏன்... அந்த சிவப்புச் சட்டை அணிந்த அந்த ஆள்தான் அந்த துண்டுச் சீட்டை கீழே போட்டவன் என்று நாம் வைத்துக்

கொண்டாலும், அது எதை நிரூபிக்கிறது? அவன்தான் கொலையாளி என்று யார் சொன்னது? ஒரே ஒரு நிமிடம் சிந்தித்துப் பாருங்கள். உங்களை சந்தித்து, அந்த பாக்கெட்டை உங்களிடமிருந்து வாங்கிக் கொண்ட பிறகு, அந்த துண்டுக் காகிதத்தை அவன் வைத்திருக்க வேண்டிய தேவை இல்லை. அந்த லிப்டில் நுழைந்த பிறகு அந்த துண்டுச் சீட்டு இன்னமும் தன் பாக்கெட்டில் இருப்பதை பார்த்துவிட்டு அவன் அதை தூர எறிந்திருக்கலாம். இதுதான் அறிவுபூர்வமான, எளிமையான விளக்கமாக இருக்கக் கூடும். இதை நம்புவது அவ்வளவு கடினமான விஷயமா என்ன?"

அப்போதும் கூட லால்மோகன் பாபு நம்பிக்கை அடைய மறுத்தார். அவர் முணுமுணுத்தார். "அதைப் பற்றியெல்லாம் கவலைப்படாதீர்கள் பெலு பாபு. அந்த பிணத்திற்கு பக்கத்தில் எனது அங்க அடையாளங்கள் அடங்கிய துண்டு சீட்டில் என் பெயர் இருந்தது. என்று சொன்னால் நிச்சயமாக என்னை துன்புறுத்தத்தான் செய்வார்கள். அது எனக்கு நன்றாகவே தெரிகிறது. எனக்கு ஒரே ஒரு வழிதான் இருக்கிறது. இயற்கையாகவே, எனது வழுக்கைத் தலையில் மீண்டும் முடியை முளைக்கச் செய்ய முடியாது. எனது உயரமும் மாறாது; எனது நிறமும் அப்படித்தான். மிச்சமிருப்பது எனது மீசை மட்டும்தான். நாளைக்கு அதை எடுத்து விடப் போகிறேன்."

"அப்படியா? அப்போது ஓட்டலில் உள்ள ஊழியர்கள் என்ன நினைப்பார்கள் என்று யோசித்தீர்களா? அவர்கள் யாருமே ஈவினிங் நியூஸ் பத்திரிக்கையை படித்திருக்க மாட்டார்கள் என்று நினைக்கிறீர்களா? பெரும்பாலானோர் இன்னும் சொல்லப் போனால் 90 சதவீதம் பேர் கொலையைப் பற்றிய செய்தி எதுவாக இருந்தாலும் படித்து விடுவார்கள். இது மனித இயல்பு. நீங்கள் திடீரென்று மீசையை எடுத்தீர்கள் என்றால் எல்லோரின் கண்களும் சந்தேகமும் கூட. உங்களின் மீதுதான் விழும்!"

இதற்குள் செவ்வானம் மறைந்து பழுப்பு நிறமாகத் துவங்கியது. அது மீண்டும் சாம்பல் நிறத்தில் மாறத் துவங்கியபோது, மேற்குத் திசையில் மேகங்களினூடாக மாலை நேரத்து நட்சத்திரம் ஒளிவிடத் துவங்கியிருந்தது. மரைன் டிரைவில் ஒளிர்ந்து கொண்டிருந்த பல்லாயிரக் கணக்கான விளக்குகளின் ஒளியோடு அது போட்டி போடுவதாகத் தோன்றியது. நாங்கள் கடற்கரை மணலை உதறியவாறு எழுந்து சௌபாத்தியில் நிரம்பியிருந்த மக்கள் கூட்டத்தை விலக்கிக்

கொண்டு திரும்ப முற்பட்டோம். சாலையை அடைந்து டாக்ஸி மூலம் ஓட்டலுக்குத் திரும்பினோம்.

ரிசப்ஷனிலிருந்து எங்களது அறைகளின் சாவியை வாங்குவதற்காக நிற்க வேண்டியிருந்தது. வரவேற்பாளரிடமிருந்து சாவியை வாங்குவதற்காக அவரது கையை நீட்டும்போது லால்மோகன் பாபு தனது முகத்தை திருப்பி வைத்துக் கொண்டதையும் நான் பார்த்தேன். அதனால் எந்தப் பயனும் இல்லை. அந்த வரவேற்பாளரின் மேஜைக்கு எதிரே, லாபியில் ஏழு பேர் அமர்ந்திருந்தார்கள். அவர்களில் சிலர் வெளிநாட்டைச் சேர்ந்தவர்கள். அவர்களில் மூன்றுபேர் ஈவினிங் ஸ்டாண்டர்ட் என்ற மாலை நாளிதழை படித்துக் கொண்டிருந்தார்கள். அதன் முதல் பக்கமும் கூட அதே படுகொலை பற்றிய விவரத்தை கூறியதோடு, கொலையுண்டவரின் படத்தையும் வெளியிட்டிருந்தது. குட்டையான, தலை வழுக்கையான, கறுப்பான, மீசை வைத்த கங்குலி என்பவரைப் பற்றி அந்த ஸ்டாண்டர்ட் பத்திரிகை எதுவும் எழுதியிருக்காது என்பதற்கு வாய்ப்பே இல்லை எனலாம்.

ஐந்து

இறுதியில் லால்மோகன் பாபு தனது மீசையை எடுக்கவில்லை. அடுத்த நாள் காலையில் நன்றாகத் தூங்கினீர்களா? என்று நான் அவரை கேட்டபோது இல்லை என்றும் ஒவ்வொரு முறை தூக்கம் கண்ணை இழுக்கும் போதும் அவரது அறை முழுவதுமே ஒரு லிப்ட் போல மேலும் கீழுமாக நகருவதைப் போல உணர்ந்து, திடுக்கிட்டு விழித்துக் கொண்டதாகக் கூறினார்.

முந்தைய நாள் இரவே கோஷால் போன் செய்து காலை 10 மணிக்கு வந்து எங்களை அவரது ஸ்டுடியோவிற்கு அழைத்துச் செல்வதாகக் கூறியிருந்தார். காலை சிற்றுண்டியை எட்டு மணிக்கு முடித்துக் கொண்டு, பெத்தார் ரோடு வழியாக சற்றே நடந்து சென்றோம். அங்கே ஒரு பீடா கடையை பார்த்தோம். இனிப்பு மசாலா சேர்த்த பீடா வாங்கிக் கொண்டு ஓட்டலுக்குத் திரும்பினோம். வரவேற்பறைக்குள் நாங்கள் நுழையும் போதே ஒருவித உற்சாகம் பீறிட்டுக் கொண்டு நிற்கும் சூழ்நிலை நிலவுவதை உணர முடிந்தது.

இதற்கான காரணம் மிகச் சாதாரணமானதுதான். உள்ளூர் போலீஸ் எங்களது ஓட்டலுக்கு வந்திருந்தது. இன்ஸ்பெக்டரை போல் தோற்றமளித்த ஒருவர் சீருடையில் வரவேற்பாளரின் மேஜைக்கருகே நின்றிருந்தார். நாங்கள் அருகே நெருங்கியதுமே அங்கிருந்தவர்களில் ஒருவர் எங்களை சுட்டிக் காட்டுவது போல் சைகை செய்தார். இன்ஸ்பெக்டர் உடனே திரும்பி லால்மோகன் பாபுவை ஏறிட்டுப் பார்த்தார். அவரது கண்களிலிருந்து வெளிப்பட்ட பார்வை விரோதமானதாக இருக்கவில்லை என்ற போதிலும் எனக்கருகே லேசாக கிளிக் என்ற சத்தம் எழுந்ததை கேட்க முடிந்தது. அதாவது லால்மோகன் பாபுவின் இரண்டு

முழங்கால்களும் ஒன்றையொன்று இடித்துக் கொண்ட ஓசைதான் அது.

இன்ஸ்பெக்டர் முன்னால் நடந்து வந்தார். அவரது முகத்தில் புன்னகை அரும்பியிருந்தது. ஃபெலுடா லால்மோகன்பாபுவின் தோளில் ஒரு கையை வைத்து லேசாக அழுத்தினார். கவலைப்படும்படி ஏதுமில்லை என்பதை அவருக்கு உணர்த்துவதாகத்தான் ஃபெலுடாவின் இச்செய்கை இருந்தது.

“சிஐடி பிரிவிலிருந்து வருகிறேன். நான் இன்ஸ்பெக்டர் பட்டுவர்த்தன். நீங்கள் தானே மிஸ்டர் கங்குலி?”

“ஆ... ஆமாம்.”

பட்வர்த்தன் ஃபெலுடாவை ஏறிட்டுப் பார்த்தார். “நீங்கள்...?”

ஃபெலுடா தனது விசிட்டிங் கார்ட் ஒன்றை எடுத்து பட்வர்த்தனிடம் கொடுத்தார். இன்ஸ்பெக்டர் அதைப் படித்து விட்டு ஃபெலுடாவை மீண்டும் ஏறிட்டுப் பார்த்தார். “மித்தர்? எல்லோராவில் அந்த சிலையைக் காப்பாற்ற உதவி செய்த அதே மித்தரா நீங்கள்?”

ஃபெலுடா தனது புகழ்பெற்ற புன்னகையை அவர் மீது வீசியவாறே தலையை அசைத்தார்.

“உங்களை சந்தித்ததில் மிக்க மகிழ்ச்சி சார்! அங்கே உங்கள் பணி மிகச் சிறப்பாக இருந்தது” என்று கூறிக் கொண்டே கையை நீட்டினார்.

இப்போது லால்மோகன் பாபுவிற்கு சற்றே நிம்மதி ஏற்பட்டதை உணர முடிந்தது. ஃபெலுடாவின் நண்பர் என்ற வகையில் அவரது அந்தஸ்து நிச்சயமாக உயர்ந்திருந்தது. இருந்தபோதிலும் சில பல கேள்விகளுக்கு அவர் பதிலளிக்க வேண்டியிருந்தது. பேசுவதற்காக நாங்கள் மேனேஜரின் அறைக்குச் சென்றோம்.

கொலையுண்ட உடலின் மீது பல்வேறுவிதமான கைரேகைகள் கண்டெடுக்கப்பட்டுள்ளன என்று பட்வர்த்தன் எங்களிடம் கூறினார். எனினும் போலீஸ் இதுவரை யாரையும் கைது செய்யவில்லை. சிவப்புச் சட்டை போட்ட அந்த மனிதன் விமான நிலையத்திலிருந்து வந்தான் என்பதை கண்டுபிடித்தாகி விட்டது. அவன் பயன்படுத்திய டாக்ஸியை போலீஸ் கண்டுபிடித்து விட்ட போதிலும், அந்த மனிதன் யாரென்று தெரியவில்லை. அதே ஆள்தான் இந்தக் கொலையை செய்திருப்பான் என்று அவர்கள் நம்பினார்கள். அவனது பாக்கெட்டிலிருந்துதான் லால்மோகன்

பாபுவின் பெயர் அடங்கிய துண்டுச் சீட்டு கீழே விழுந்திருக்கிறது. லால்மோகன் பாபு பட்வர்த்தனிடம் சொன்ன விஷயங்கள் அதை உறுதிப்படுத்தியது. பட்வர்த்தன் சொன்னார். ‘‘கங்குலியை சந்திப்பதற்காகவே அவன் விமான நிலையத்திற்குப் போயிருக்கிறான் என்பது தெளிவு. நேற்று சான்டா க்ரூஸில் வந்து இறங்கிய ஒவ்வொரு விமானத்தின் பயணிகள் பட்டியலையும் நாங்கள் சோதனையிட்டோம். கல்கத்தாவிலிருந்து வந்த விமானத்தின் பயணிகள் பட்டியலில் உங்கள் பெயர் இருந்தது. பிறகு எல்லா ஓட்டல்களிலும் விசாரித்தோம். இறுதியில் மிஸ்டர் எல்.கங்குலி என்பவர் ஷாலிமார் ஓட்டலில் தங்கியிருக்கும் விவரத்தை தெரிந்து கொண்டோம்.”

உண்மையில் பட்வர்த்தன் உண்மையில் தெரிந்து கொள்ள விரும்பியதெல்லாம், இந்த விஷயம் அனைத்திலும் லால்மோகன் பாபுவிற்கு எத்தகைய தொடர்பு உள்ளது? அந்த துண்டுச் சீட்டில் அவரது பெயரும் அவரைப் பற்றிய விவரங்களும் ஏன் எழுதப்பட்டிருந்தன என்பதைத்தான். லால்மோகன் பாபு சன்யாலைப் பற்றி விளக்கினார். “யார் இந்த சன்யால்? அவரைப் பற்றி உங்களுக்கு என்ன தெரியும்?’’ என்று கேட்டார் பட்வர்த்தன்.

லால்மோகன் பாபு அவருக்குத் தெரிந்த சில விஷயங்களை கூறினார். எனினும் சன்யாலின் முகவரி ஏதும் அவரிடம் இருக்கிறதா? என்று கேட்டபோது ஏதுமில்லை என்று அவர் ஒப்புக் கொள்ள வேண்டியிருந்தது.

இறுதியில் ஃபெலுடா முன்பே கூறியதைப் போலவே இன்ஸ்பெக்டர் பட்வர்த்தனும் ஒரு குட்டிப் பிரசங்கமே நிகழ்த்தினார். கடத்தல் பொருட்களை கைமாற்றுவதற்காக இப்போதெல்லாம். ஏதுமறியாத அப்பாவி மக்கள் பயன்படுத்தப் படுகிறார்கள். காட்மாண்டுவிலிருந்து மதிப்பிடற்கரிய சில நகைகள் இந்தியாவிற்குள் வந்துள்ளது என்று எங்களுக்குத் தெரிய வந்துள்ளது. இதில் ஒரு காலத்தில் நானா சாகேப்பிற்கு சொந்தமாக இருந்த புகழ்பெற்ற நௌலகா நெக்லெஸூம் அடக்கம்.

1857 ஆம் ஆண்டு நடைபெற்ற சிப்பாய் கலகத்தின்போது நானாசாகிப் என்பவர் பிரிட்டிஷ்காரர்களை எதிர்த்துப் போராடினார் என்று எனக்குத் தெரியும். அதே நபரையா பட்வர்த்தன் இப்போது குறிப்பிடுகிறார்?

“உங்களிடம் கொடுக்கப்பட்ட பாக்கெட்டில் ஒரு சில திருடப்பட்ட பொருட்கள் இருந்திருக்கும் என்றுதான் நான் நம்புகிறேன். அந்தப் பொருளை கைப்பற்றுவதற்கு இரண்டு குழுக்கள் முயற்சி செய்துள்ளன. ஒரு குழு அதை கல்கத்தாவிலிருந்து அனுப்பியிருக்கிறது. மற்றொரு குழுவில் இருக்கும் யாருக்கோ அது இங்கு வந்து சேருவதைப் பற்றிய தகவல் தெரிந்து, சிவாஜி கோட்டையருகில் சுற்றிக் கொண்டிருந்திருக்க வேண்டும். அந்த ஆள்தான் சிவப்புச் சட்டை அணிந்தவனை தாக்கியிருக்க வேண்டும். இதன் விளைவாக சிவப்புச் சட்டை அணிந்தவன் அவனைக் கொன்றிருக்க வேண்டும்.” என்று பட்வர்த்தன் எங்களிடம் சொன்னார்.

கொலைகாரனாக இருக்கக் கூடும் என்று சந்தேகிக்கப்படும் நபரின் பாக்கெட்டில் அவரது பெயரும் அடையாளமும் இருந்தது என்பதாலேயே தன்னை தூக்கில் போட்டு விடுவார்கள் அல்லது ஆயுள் முழுவதற்கும் சிறையில் அடைத்து விடுவார்கள் என்றுதான் லால்மோகன் பாபு நினைத்துக் கொண்டிருந்தார். ஆனால் போலீஸிடமிருந்து எதிர்காலத்தில் இது போன்ற விஷயங்களில் மிகுந்த கவனத்துடன் இருக்க வேண்டும் என்ற அறிவுரை மட்டுமே அவருக்குக் கிடைத்ததும், லால்மோகன் பாபுவின் போக்கே உடனடியாக மாறியது. அவர் உற்சாகமடைந்தார். அவரது கண்கள் மீண்டும் பளீரிடத் துவங்கின.

கோஷால் பத்து மணிக்கு பதிலாக பதினோரு மணிக்குத்தான் வந்தார். போலீஸுடன் எங்களது சந்திப்பை பற்றி அவரிடம் கூறியபோது அவர் சொன்னார். “ஆமாம். இதுபற்றி நான் கவலைப்பட்டுக் கொண்டுதான் இருந்தேன். நேற்று மாலை பத்திரிகைகளை படித்ததுமே எனது இதயம் சோர்ந்து போய்விட்டது. அந்த துண்டுச் சீட்டில் கூறப்பட்டிருந்த ஒவ்வொரு அடையாளமும் லாலுடாவிற்கு மிகப் பொருத்தமாக இருந்ததாகவே எனக்குத் தோன்றியது. இருந்தாலும் இந்த விஷயம் அனைத்துமே எனக்கு பெரும் மர்மமாகத்தான் இருக்கிறது!”

அதன் பிறகு திரு.சன்யாலைப் பற்றி லால்மோகன் பாபு அவரிடம் சொன்னார். “யார் இந்த சன்யால்? அஹி சன்யாலா? நடுத்தர உயரம், குழிவிழுந்த கண்கள், கன்னத்தில் பிளவு இருக்கும். அவரா?” என்று கேட்டார் திரு.கோஷால்.

“தெரியாது. அவரது கன்னத்தை பார்க்கவில்லை. நான் பார்க்கும்போது தாடி வைத்திருந்தார். ஒருவேளை அதற்கு முன்பு தாடியை மழித்து இருந்திருக்கலாம்.”

“இரண்டு ஆண்டுகளுக்கு முன்னால் நான் அவரைப் பார்த்தேன். அதே நபர்தானா இது என்பது கடவுளுக்குத்தான் வெளிச்சம். சிறிது காலம் அவர் பம்பாயிலும் கூட வேலை செய்திருக்கிறார். ஓரிரு படங்களைக் கூட தயாரித்திருக்கிறார். எனது நினைவிற்கு எட்டிய வரையில் அந்த இரு படங்களுமே தோல்வியடைந்தன.”

“அவர் எப்படிப்பட்டவர்?”

“எனக்குத் தெரியாது. ஆனால் அவரைப் பற்றி யாரும் மோசமாகக் கூறி நான் கேள்விப்பட்டதேயில்லை.”

“அப்படியானால் அவர் கொடுத்த பாக்கெட்டில் தப்பாக ஏதுமிருக்காது என்றே நான் நினைக்கிறேன்.”

“இதோ பாருங்கள் லாலுடா, இப்போதெல்லாம் கள்ளக் கடத்தல் சம்பவங்கள் பற்றி நாம் அடிக்கடி கேள்விப்படுவதனால்தான் கவனமாக இருக்கும்படி நம்மை கேட்டுக் கொள்கிறார்கள். இதற்கு முன்பெல்லாம் மற்றவர்களுக்காக நாம் பாக்கெட்களையும் பார்சல்களையும் எடுத்துச் சென்றதில்லையா என்ன? இன்னும் சொல்வதானால், நமக்கு நன்றாக தெரியாதவர்களிடமிருந்து கூட நாம் எடுத்துச் சென்றிருக்கிறோம். அப்போதெல்லாம் எந்தப் பிரச்சனையும் ஏற்பட்டதில்லை. இல்லையா?”

நேற்று முன்தினம் நாங்கள் பயன்படுத்திய அதே காரில் நாங்கள் நான்கு பேரும் பயணம் செய்து, மஹாலக்ஷ்மியில் இருந்த ஸ்டூடியோவை அடைந்தோம். நாங்கள் காரைவிட்டு இறங்கும்போது திரு.கோஷால் சொன்னார். நாளை நடைபெறவுள்ள படப்பிடிப்பு குறித்து ரயில்வேயுடன் கொஞ்சம் பிரச்சனை ஏற்பட்டுள்ளது. எனவே திரு.கோரேவிற்கு தகவல் தெரிவிக்கப் பட்டது. நேற்று மாலை விமானத்தில் அவர் கல்கத்தாவிலிருந்து திரும்பினார். என்னோடு வாருங்கள். உங்களுக்கு அவரை அறிமுகப்படுத்தி வைக்கிறேன்.

கொஞ்சம் நம்பிக்கையற்ற குரலில் லால்மோகன் பாபு கேட்டார். “நாளைக்கு படப்பிடிப்பு இருக்குமில்லையா?”

“நிச்சயமாக. நிச்சயமாக நடக்கும். அதைப் பற்றி கவலைப்படாதீர்கள். எல்லாம் சரி செய்யப்பட்டு விட்டது.”

தகரம் வேய்ந்த ஒரு கூடத்திற்கு எங்களை அழைத்துச் சென்றார். சில நேரங்களில் இந்த இடம் படப்பிடிப்பிற்கு பயன்படுத்தப்படுவதுண்டு. ஆனால் இன்று அப்பகுதியில் குங்ஃபூ

பயிற்சி நடைபெற்றுக் கொண்டிருந்தது. பெரிய மெத்தை ஒன்று தரையில் விரிக்கப்பட்டிருந்தது. விக்டர் பெருமாளின் வழிகாட்டுதலின்படி ஒரு சிலர் அதன் மீது குதித்துக் கொண்டும், உதைத்துக் கொண்டும் கீழே விழுந்து கொண்டும் இருந்தார்கள். அங்கிருந்து சுமார் 12 அடி தூரத்தில் மடக்கு நாற்காலியில் ஒருவர் அமர்ந்திருந்தார். அவருக்கு அநேகமாக நாற்பது வயதிற்கு மேலிருக்கும்.

கோஷால் சொன்னார். "உங்களை அறிமுகப்படுத்தி வைக்கிறேன். இதுதான் எங்களது தயாரிப்பாளர் மிஸ்டர் கோரே. இவர் மிஸ்டர் கங்குலி. எழுத்தாளர். இவர் மிஸ்டர் மித்தர். அப்புறம் உன் பெயர் என்ன கண்ணா?"

"தபேஷ் ரஞ்சன் மித்தர்."

கோரேயின் கன்னங்கள் இரு பக்கமும் ஆப்பிளை வைத்தது போல உப்பியிருந்தன. அவரது உச்சந்தலையில் பளீரென வழுக்கை தெரிந்தது. கண்கள் பழுப்பு நிறத்தில் இருந்தன. கொஞ்சம் தொந்தி போட்டிருந்தது. அநேகமாக சமீபத்தில் உருவானது போல் தோன்றியது. யாருமே வேண்டுமென்று இவ்வளவு இறுக்கமாக உடையணிய மாட்டார்கள். இந்த அறிமுகத்தை முடித்த பிறகு கோஷால் காணாமல் போனார். நாளைய படப்பிடிப்பிற்கு முன்பாக ஏராளமான விஷயங்களை அவர் கவனிக்க வேண்டியிருந்தது. எங்களை விட்டுப் போவதற்கு முன்பாக "நான் ஒன்றரை மணிக்கு வந்து விடுகிறேன். நாம் அனைவரும் ஒன்றாக மதிய உணவு அருந்தச் செல்லலாம்." என்று சொல்லி விட்டுப் போனார் அவர்.

மிஸ்டர் கோரே மேலும் சில நாற்காலிகளை கொண்டு வரச் சொன்னார். அவரது விருந்தோம்பலும் சிறப்பாக இருந்தது லால்மோகன் பாபுவின் பக்கத்தில் இருந்த நாற்காலியில் அவர் அமர்ந்து கொண்டே வங்காளி மொழியில் சொன்னார். அப்னி ஏலேன் போலே அமி குப் குஷி ஹொலாம்! (நீங்கள் வர முடிந்தது குறித்து எனக்கு மிக்க மகிழ்ச்சி!)

லால்மோகன் பாபு மிகுந்த உற்சாகத்துடன் "மிக அருமையாக வங்காளி மொழியில் பேசுகிறீர்கள் நீங்கள்!" கோரே அவருக்கு பணம் தரவிருப்பதால் ஒருவேளை இந்த புகழ்ச்சி கொஞ்சம் தூக்கலாகவே இருந்ததாக எனக்குத் தோன்றியது.

"கேன்னிங் தெருவில்தான் என் அப்பா வியாபாரம் செய்து வந்தார். மூன்று வருடங்கள் நான் டான் பாஸ்கோவில்

மாணவனாக இருந்தேன். பின் என் அப்பா இறந்த பிறகு எனது சித்தப்பாவுடன் வசிப்பதற்காக நான் பம்பாய் வந்துவிட்டேன். அப்போதிலிருந்து இங்குதான் இருக்கிறேன். திரைப்படத் தயாரிப்பில் இறங்குவது எனக்கு இதுவே முதல் முறை" என்று மிஸ்டர் கோரே எங்களிடம் சொன்னார்.

ஒருவேளை மிஸ்டர் கோரேயின் வங்காளி பேச்சினால் கவரப்பட்டதால் கூட இருக்கலாம். லால்மோகன் பாபு சன்யால் அவரை வந்து பார்த்ததிலிருந்து துவங்கி இன்ஸ்பெக்டர் பட்வர்த்தனுடன் நடந்த பேச்சுகள் வரை நடந்த அனைத்தையும் ஒன்றுவிடாமல் அவரிடம் சொன்னார். கோரே அதைக் கேட்டு சற்றே அனுதாபத்துடன் நாக்கை சுழற்றி சப்தமிட்டு விட்டுச் சொன்னார். "மிஸ்டர் கங்குலி. இப்போதெல்லாம் யாரையும் நம்ப முடிவதே இல்லை. நீங்கள் ஒரு புகழ்பெற்ற எழுத்தாளர். கடத்தல் பொருட்களை எடுத்துச் செல்ல உங்களை பயன்படுத்தியதை நினைத்தால்தான் எனக்கு மிகுந்த அவமானமாக இருக்கிறது!"

இந்த உரையாடலில் இப்போது ஃபெலுடாவும் கலந்து கொண்டார்.

"நீங்கள் சிவாஜி கோட்டையில் வசிப்பதாக கேள்விப்பட்டேன். அது உண்மைதானே?"

"ஆமாம். ஓரிரு மாதங்களாகத்தான் நான் அங்கு வசித்து வருகிறேன். கொடூரமானதொரு படுகொலை அது. நேற்று மாலைதான் நான் விமானத்தில் திரும்பினேன். சுமார் 11 மணிக்கு வீட்டிற்குத் திரும்பினேன். அந்த நேரத்திலும் கூட தெருவில் பெரும் கூட்டம் கூடியிருந்தது. அடுக்கு மாடிக் கட்டிடத்தில் ஏதாவது கொலை நடந்தது என்றால் அது எப்போதுமே பெரும் பிரச்சனையாகத்தான் மாறி விடுகிறது."

"ம்... 17வது மாடியில் யார் வசிக்கிறார்கள் என்று உங்களுக்குத் தெரியுமா?"

"17வது மாடி- 17வது மாடி- கோரேவினால் நினைவு படுத்திக் கொள்ள முடியவில்லை. எட்டாவது மாடியில் வசிக்கும் ஒருவரை எனக்குத் தெரியும் என்சி.மேத்தா. அதே போல இரண்டாவது மாடியில் டாக்டர் வசிப் தார் தெரியும். நான் 12வது மாடியில் வசிக்கிறேன்."

ஃபெலுடா இதற்கு மேல் எதுவும் கேட்கவில்லை. எப்படியிருந்தாலும் கோரே புறப்படத் தயாரானதுபோல் தோன்றியது. நிறைய வேலைகளை முடிக்க வேண்டியுள்ளது. ஒரு திரைப்படம் தயாரிப்பது என்பது மிகவும் சிக்கலானதொரு

விஷயம் என்றார் அவர். நாங்கள் தெரிந்து கொண்டதிலிருந்து நாளைக்கு திட்டமிடப்பட்டுள்ள படப்பிடிப்பு மிகவும் சிக்கலான ஒன்றாகும். ஒரு ட்ரெயின் வாடகைக்கு எடுக்கப்பட்டுள்ளது. மாரென் நிலையத்திலிருந்து அந்த வண்டி கிளம்பி கண்டாலாவிற்கும் லோனாவாலாவிற்கும் இடையே உள்ள லெவல் கிராஸிங்கில் வந்து சேரும். ரயில்வே நிறுவனத்திற்கு பணம் கொடுக்க திரு.கோரே மாதரென் செல்ல வேண்டியிருக்கும். அநேகமாக அந்த ரயில் வண்டியில் பழைய மாதிரியான முதல் வகுப்புப் பெட்டி இருக்கும். கோரே அதில் பயணம் செய்துதான் படப்பிடிப்பு நடக்கும் இடத்திற்கு வருவேன் என்று கூறினார். நீங்கள் அங்கு வந்து ரயிலிலேயே என்னுடன் மதிய உணவு அருந்தினால் எனக்கு மிக்க மகிழ்ச்சியாக இருக்கும். நீங்கள் சைவம் தானே? என்று கேட்டார் அவர்.

“இல்லையில்லை. அசைவம். அசவம்” என்றார் லால்மோகன் பாபு

‘அப்படியானால் எதை விரும்புகிறீர்கள்? சிக்கனா அல்லது மட்டனா?

“நேற்றுதான் சிக்கன் சாப்பிட்டோம். நாளைக்கு மட்டன் சாப்பிடலாம். நீங்கள் என்ன சொல்கிறீர்கள் பெலு பாபு?”

“உங்கள் விருப்பப்படியே” என்றார் ஃபெலுடா.

கோரே லால்மோகன் பாபுவுடன் உரையாடுவதை ஃபெலுடா கேட்டுக் கொண்டிருந்த போதிலும், அங்கே குங்ஃபூ பயிற்சி செய்து கொண்டிருந்த குழுவினரின் பக்கம் அவரது பார்வை அடிக்கடி சென்று கொண்டிருந்தது. விக்டர் பெருமாளின் பொறுமையும் விடாமுயற்சியும் குறிப்பிடத்தக்கதாக இருந்தது. ஒவ்வொரு அசைவும் மிகச் சரியாக அமையும் வரையில் அவர் விடமாட்டார் என்பது நன்றாகவே தெரிந்தது. ஒன்றிரண்டு பயிற்சியாளர்கள் ஏற்கனவே மிகச் சிறப்பாக அசைவுகளை செய்து கொண்டிருந்தார்கள்.

விக்டரும் கூட அவ்வப்போது ஃபெலுடாவை பார்த்துக் கொண்டுதான் இருந்தார். அநேகமாக ஃபெலுடாவின் கண்களில் வெளிப்பட்ட பாராட்டுக்கள் அவரை உற்சாகப்படுத்தியிருக்க வேண்டும். கோரே எழுந்து சென்ற பிறகு, விக்டர் ஃபெலுடாவை அருகில் வருமாறு சைகை செய்தார். ஃபெலுடா தனது சிகரெட்டை கீழே போட்டு அணைத்து விட்டு விக்டரும் அவரது ஆட்களும் இருந்த இடத்தை நோக்கிச் சென்றார்.

“வாருங்கள் மிஸ்டர்மித்தர். முயற்சி செய்து பாருங்கள். இது ஒன்றும் அவ்வளவு கடினமானதல்ல!” என்றார் விக்டர்.

பயிற்சி செய்து கொண்டிருந்தவர்கள் சற்றே விலகிச் சென்றார்கள். விக்டர் லேசாக குதித்து விட்டு தனது வலது காலை தலைக்கு மேலே உயர்த்தி, விசித்திரமானதொரு வகையில் அதை முன்னே உதைப்பது போல் கொண்டு வந்தார். அப்போது அவருக்கு முன்னால் யாராவது இருந்திருந்தால், அவருக்கு அடிபட்டிருக்கவும் கூடும்; ஒருவேளை மயக்கம் போட்டும் விழுந்திருக்கக் கூடும். ஃபெலுடா அந்த மெத்தையின் மீது ஒருசில முறை குதித்துக் கொண்டே தயாரானார். விக்டர் சுமார் ஆறடி தூரத்தில் நின்று கொண்டு சொன்னார். "உங்கள் கால்களை உயர்த்தி என்னை உதைக்க முயற்சி செய்யுங்கள்."

விக்டருக்கு தெரியாதது என்னவென்றால், என்டர் தி டிராகன் படத்தைப் பார்த்த பிறகு, குங்ஃபூ சண்டைக்காரர்கள் செய்வதைப் போல கால்களை உயர்த்தி உதைக்கும் பயிற்சியை ஃபெலுடா அவ்வப்போது செய்து வந்தார். இது சுமார் ஒரு மாத காலம் வீட்டிலேயே நடந்தது. அவர் இதை வேடிக்கையாகச் செய்து வந்தார் என்றபோதிலும், ஒரு வகையான அனுபவத்தை அவருக்கு அளித்தது.

ஒன், டூ, த்ரீ! என்று கத்தினார் விக்டர். உடனேயே ஃபெலுடாவின் கால் நீண்டு வெளிவந்தது. விக்டர் ஓரடி பின்னால் வைத்து மெத்தையின் மேல் விழுந்தார். இருந்தாலும் ஃபெலுடாவின் கால் விக்டரின் உடம்பில் படவேயில்லை என்று எனக்குத் தெரியும்.

அடுத்த ஐந்து நிமிடங்களுக்கு, விக்டர் பெருமாளுக்கும் பிரதோஷ் மித்தருக்கும் இடையே நடந்த குங்ஃபூ விளக்கப் போட்டியை எல்லோரும் ரசித்துக் கொண்டிருந்தோம். கடந்த ஆறு வாரங்களாக, எப்படி குதிப்பது? எப்படி உதைப்பது? எப்படி விழுவது? என்று பயிற்சி எடுத்துக் கொண்டிருந்த விக்டரின் உதவியாளர்களை அவ்வப்போது பார்க்காமல் என்னால் இருக்க முடியவில்லை. இவை அனைத்தையும் செய்வதற்கு எவ்வளவு முயற்சி தேவை என்பதை அவர்கள்தான் நன்கு அறிவார்கள். பொறாமையை விட பாராட்டுதலே அவர்களது கண்களில் வெளிப்பட்டன என்பது நம்பிக்கை ஊட்டக்கூடியதொரு விஷயமாகும். அந்த ஐந்து நிமிட விளக்கப் போட்டிக்குப் பிறகு இருவரும் கைகுலுக்கிக் கொண்டு ஒருவர் தோளை ஒருவர் தட்டிக் கொடுத்தபோது, பார்த்துக் கொண்டிருந்த நாங்கள் அனைவரும் எங்களை அறியாமலே கை தட்டினோம்.

ஆறு

சுமார் 2 மணி அளவில் புலாக் கோஷால் , வசனகர்த்தா திரிபுவன் குப்தே ஆகியோருடன் மதிய உணவு சாப்பிடுவதற்காக வொர்லியில் இருந்த காப்பர் சிம்னி என்ற உணவகத்திற்குள் நுழைந்தோம். அந்த இடம் கூட்டத்தால் நிரம்பி வழிந்த போதிலும், கோஷால் எங்களுக்காக இடத்தை ரிசர்வ் செய்திருந்தார்.

லால் மோகன் பாபு கேட்டார் "புலாக் உனது படத்தின் பெயர் என்ன?"

நானும்கூட அந்தப் படத்தின் பெயர் என்னவாக இருக்கும் என்று யோசித்துக் கொண்டிருந்தேன். இருந்தாலும் அதை திரு.கோஷாலிடம் கேட்பதற்கான வாய்ப்பு கிடைக்கவில்லை. அந்தப் படம் நிச்சயமாக பம்பாய் கொள்ளையர்கள் என்ற பெயரில் வரப்போவதில்லை என்பது மட்டும் எனக்கு உறுதியாக தெரிந்திருந்தது.

திரு. கோஷால் சொன்னார். "லாலுடா, இந்த பெயருக்காக எவ்வளவு கஷ்டப்பட்டோம் என்று உங்களால் கற்பனை செய்து கூட பார்க்க முடியாது. எந்த தலைப்பை நாங்கள் யோசித்தாலும் அது ஏற்கனவே பயன்படுத்தப்பட்டிருக்கும் அல்லது வேறு எவராவது அதை பதிவு செய்திருப்பார்கள். பொருத்தமான ஒரு பெயரை தேர்வு செய்வதற்காக எத்தனை இரவுகளை தூங்காமல் கழித்தார் என்று நீங்களே குப்தேஜியிடம் கேட்டுக் கொள்ளலாம். மூன்று நாட்களுக்கு முன்புதான் திடீரென்று அந்தப் பெயர் வெளிப்பட்டது. திடீரென்று தெறித்த மின்பொறியாக!

"மின்பொறியா?"

கோஷால் உரக்கச் சிரித்தார். அவரது சிரிப்புச் சத்தம் கேட்டு, பக்கத்து மேஜைகளில் உட்கார்ந்திருந்தவர்களும் தலையைத்

திருப்பி அவரை உற்றுப் பார்த்தனர். "உங்களுக்கென்ன பைத்தியமா லாலுடா? அது போன்ற பெயர் விளங்கும் என்றா நினைக்கிறீர்கள்? இல்லையில்லை. திடீரென்று மூளையில் உதித்தது என்பதைத்தான் அப்படிச் சொன்னேன். படத்தின் பெயர் ஜெட் பகதூர்."

"என்ன?"

"ஜெட் பகதூர். நீங்கள் ஊருக்கு திரும்பிப் போவதற்கு முன்பாகவே இந்த நகரமெங்கும் அந்தப் படத்தின் விளம்பரங்கள் எழும்புவதை பார்க்க முடியும். உங்கள் கதைக்கு இதைவிட பொருத்தமான பெயரை உங்களால் கண்டுபிடிக்கவே முடியாது" சற்றே யோசித்துப் பாருங்கள்.

"ஆக்ஷன், ஸ்வீட், திரில்... இந்த மூன்றையுமே ஜெட் என்ற வார்த்தையில் நீங்கள் காணலாம். அதோடு கூடவே பகதூர் இருக்கிறது இந்தப் பெயர், நடிகர்கள் ஆகியவற்றை மட்டும் வைத்துக் கொண்டே எல்லா விநியோக மையங்களிலும் எங்களது படத்தை விற்று முடித்து விட்டோம்!"

லால்மோகன் பாபு புன்னகைக்கத் துவங்கினார். எனினும் கோஷாலின் விளக்கத்தைக் கேட்டதும் அவரது முகத்தில் தெரிந்த மகிழ்ச்சி மறைந்து போனது. ஒருவேளை அவர் யோசித்துக் கொண்டிருக்கலாம். பெயரும் நடிகர்களுமா? இவை மட்டும்தானா முக்கியம்? யாருமே கதையைப் பாராட்டமாட்டார்களா?

கோஷால் மேலும் தொடர்ந்தார். "எனது முந்தைய படங்கள் எதையாவது பார்த்திருக்கிறீர்களா? தீரன் தஜ் இப்போது லோட்டஸ் தியேட்டரில் ஓடிக் கொண்டிருக்கிறது. இன்று மாலை காட்சியைக் கூட நீங்கள் போய் பார்க்கலாம். அந்த மேனேஜரிடம் நான் சொல்லி விடுகிறேன். ராயல் சர்க்கிளில் மூன்று இடங்களுக்கான டிக்கெட்டை அவர் வைத்திருப்பார். அது ஒரு நல்ல படம். வெள்ளி விழா கொண்டாடிய படமும்கூட"

அவரது படங்கள் எதையும் நாங்கள் யாரும் பார்த்ததில்லை. இயற்கையாகவே லால்மோகன் பாபு இதில் ஆர்வமிக்கவராக இருந்ததால் கோஷாலின் ஆலோசனையை நாங்கள் ஏற்றுக் கொண்டோம். பம்பாயில் உங்களுக்கு நண்பர்கள் யாரும் இல்லையென்றால் மாலை நேரத்தைக் கழிப்பது மிகவும் கடினம். எப்படியிருந்தாலும் அந்த கார் எங்களுடன்தான் இருக்கப் போகிறது. எப்போது வேண்டுமானாலும் அதை எடுத்துக் கொண்டு நாங்கள் லோட்டஸ் தியேட்டருக்குப் போகலாம்.

நாங்கள் சாப்பிட்டுக் கொண்டிருந்த போது, அந்த உணவகத்தைச் சேர்ந்த நபர் ஒருவர் வந்து கோஷாலிடம் ஏதோ சொன்னார். நாங்கள் அங்கு வந்ததிலிருந்தே அங்கிருந்த சர்வர்களின் முகங்களின் தென்பட்ட கனிவான புன்னகையை பார்க்கும்போது, கோஷால் இங்கே அடிக்கடி வந்து போகின்ற வாடிக்கையாளர் என்பது நன்றாகவே தெரிந்தது. பம்பாயை போன்றதொரு நகரத்தில் வெற்றிகரமான ஒரு திரைப்பட டைரக்டர் என்பவர் அனைவரும் வரவேற்கும் நபராகத்தான் இருப்பார் என்பது உறுதி.

கோஷால் லால்மோகன் பாபுவை நோக்கித் திரும்பிச் சொன்னார். "லாலுடா உங்களை யாரோ தொலைபேசியில் அழைக்கிறார்கள்."

லால்மோகன் பாபு அப்போதுதான் ஒரு ஸ்பூன் புலாவ் ஐ எடுத்துக் கொண்டிருந்தார். நல்லவேளை அதை அவர் வாய்க்குள் போடவில்லை. போட்டிருந்தால் அவருக்கு மூச்சுத் திணறல் ஏற்பட்டிருக்கும். நடந்தது என்னவென்றால் அவருக்கு தூக்கி வாரிப் போட்டது. அந்த அதிர்ச்சியில் ஸ்பூனிலிருந்து சற்றே சாதம் சிந்தி மேஜை விரிப்பில் விழுந்தது. அதைத் தவிர வேறெந்த அசம்பாவிதமும் நடக்கவில்லை.

கோஷால் விளக்கினார். "மிஸ்டர் கோரே உங்களுடன் பேச விரும்புகிறார். உங்களுக்கு ஏதாவது நல்ல செய்தி சொல்வதற்காக இருக்கக் கூடும்."

லால்மோகன் பாபு எழுந்து போய் ஒருசில நிமிடங்களில் திரும்பி வந்தார். அவரது டேபிளில் இருந்த கத்தியையும் முள் கரண்டியையும் எடுத்தவாறே அவர் சொன்னார். "மிஸ்டர் கோரே என்னை நான்கு மணிக்கு அவரது வீட்டிற்கு வரச் சொன்னார். கொஞ்சம் பணம் என் கைக்கு வரப்போகிறது என்று நினைக்கிறேன். ஹஹ்ஹா!"

அப்படியென்றால் இன்று மாலைக்குள் லால் மோகன் பாபுவின் பாக்கெட்டிற்குள் பத்தாயிரம் ரூபாய் வந்து சேரப் போகிறது என்று அர்த்தம். ஃபெலுடா அவரிடம் சொன்னார். "நாளைக்கு மதிய உணவு உங்கள் செலவுதான். ஆனால் இதுபோன்ற காப்பர் சிம்னி பத்தாது என்று மட்டும் சொல்லி விடுகிறேன். தங்க சிம்னி என்று எங்காவது இருக்கிறதா என்று தேட வேண்டும்."

ருமாலி ரொட்டி, புலாவ், நர்கிஸி கொஃப்தா, குல்ஃபி ஆகியவை அடங்கிய எங்களது மதிய உணவை முடித்துக்

கொண்டு அந்த உணவகத்தை விட்டு நாங்கள் கிளம்பிய போது மணி இரண்டே முக்கால் ஆகியிருந்தது. கோஷாலும், குப்தேயும் ஸ்டூடியோவிற்கு திரும்பிச் சென்றார்கள். இன்னும் கொஞ்சம் வசனம் எழுத வேண்டியிருந்தது. கோஷால் எங்களிடம் சொன்னார். “வசனம் எழுதுவதற்கு எப்போதுமே நேரம் ஆகும். ஏனென்றால் ஒவ்வொரு வார்த்தையும் பளிச்சிட வேண்டும்.” திரு.குப்தே அவரது உதட்டில் தொங்கிக் கொண்டிருந்த சிகாரை எடுக்காமலேயே புன்னகை புரிந்தார். அவ்வளவு தான். திரைப்படத்தில் வரும் வசனம் எல்லாவற்றையும் அவர் எழுதினாலும், அவர் மிகக் குறைவாகவே பேசினார் என்பதையும் நான் கவனித்தேன்.

கொஞ்சம் பீடா வாங்கிக் கொண்டு நாங்கள் மீண்டும் காரில் ஏறி அமர்ந்தோம். “ஷாலிமார் ஓட்டலுக்கா?” என்று கேட்டார் டிரைவர்.

“இந்தியாவின் கேட்வேயைப் பார்க்காமல் கல்கத்தாவிற்கு திரும்புவதென்பது முட்டாள்தனம். எங்களை தாஜ்மஹால் ஓட்டலுக்கு அழைத்துச் செல்லுங்கள்” என்றார் பெலுடா.

“நல்லது சார்!” என்று டிரைவர் பதிலளித்தார். எங்களிடம் நிறைய நேரம் இருக்கிறது என்றும் சுற்றிப் பார்க்கவே நாங்கள் விரும்புகிறோம் என்றும் அவரால் கூறி விட முடியும். எனவே அவர் நகரத்தை சுற்றி வந்தபடி விக்டோரியா டெர்மினஸ், ஃப்ளோரா ஃபௌண்டன், தொலைக்காட்சி நிலையம், பிரின்ஸ் ஆஃப் வேல்ஸ் மியூசியம் ஆகியவற்றை காண்பித்து விட்டு இறுதியில் சுமார் மூன்றரை மணியளவில் இந்தியாவின் கேட்வே விற்கு அழைத்து வந்து நிறுத்தினார். நாங்கள் காரை விட்டு இறங்கினோம்.

இந்த கேட்வே விற்கு பின்னால்தான் அரபிக் கடல் இருந்தது. அதில் பெரியதும் சிறியதுமாக 11 கப்பல்கள் நின்றிருப்பதை நான் எண்ணினேன். இடது புறத்தில் கேட்வையைப் பார்ப்பது போன்ற தோற்றத்தில் குதிரையின் மீதமர்ந்திருக்கும் சிவாஜியின் சிலை இருந்தது. எங்களுக்கு இடது புறத்தில் உலகப் புகழ் பெற்ற தாஜ் மஹால் ஓட்டல் இருந்தது. அதன் உள்ளே சென்று பார்க்காமல் போவது என்பது முடியாது. வெளியே இருந்து பார்க்கும்போதே அது பிரமிப்பை ஏற்படுத்தியது.

குளுமையான அந்த வரவேற்பு ஹாலில் காலெடுத்து வைத்ததுமே என் தலை சுற்றத் துவங்கியது. நான் எங்கே

வந்திருக்கிறேன்? பல்வேறு வித்தியாசமான பிரிவுகளைச் சேர்ந்த மக்களை ஒன்று சேர நான் இதுவரை பார்த்ததேயில்லை. ஏனைய வெளிநாட்டவர்களைவிட அதிகமாகவே அராபியர்கள் இருந்தனர். ஆனால் ஏன்? நான் இதை ஃபெலுடாவிடம் கேட்டபோது, அவர்கள் விடுமுறையைக் கழிக்க பெய்ரூட்டிற்குச் செல்ல முடியாது என்பதால்தான் அவர்கள் அனைவருமே பம்பாய்க்கு வருகிறார்கள் என்றார். அவர்களது நாட்டில் எண்ணெய் வளமிருப்பதால் அவர்களுக்கு பணம் ஒரு பொருட்டே அல்ல.

சுமார் 5 நிமிட நேரம் அந்த ஹாலை சுற்றிப் பார்த்துவிட்டு நாங்கள் காருக்குத் திரும்பினோம். இறுதியில் சிவாஜி கோட்டைக்குச் சென்று லிப்ட்க்கான பட்டனை அழுத்தியபோது மணி 4 அடித்து 2 நிமிடம் ஆகியிருந்தது.

12வது மாடியில் இறங்கிக் கொண்டோம். வெவ்வேறு திசையில் மூன்று கதவுகள் இருந்தன. நடுவில் இருந்த கதவில் ஜி.கோரே என்று பெயர் பொறிக்கப்பட்டிருந்தது. அழைப்பு மணியை அழுத்தியதும் சீருடை அணிந்த பணியாள் ஒருவன் கதவைத் திறந்தான்.

“உள்ளே வாருங்கள்!” நாங்கள் வருவோம் என்று ஏற்கனவே அவனுக்கு தெரிந்திருந்தது.

நாங்கள் உள்ளே நுழைந்ததுமே அவரை பார்ப்பதற்கு முன்பாகவே திரு. கோரேவின் “உள்ளே வாருங்கள்! உள்ளே வாருங்கள்!” என்ற குரல் கேட்டது. அதன்பிறகுதான் ஒரு சிறிய வராந்தாவில் புன்னகையுடன் அவர் நடந்து வருவதை நாங்கள் பார்த்தோம். “மதிய உணவு எப்படி இருந்தது?”

“மிக நன்றாக இருந்தது!” என்றார் லால் மோகன் பாபு.

திரு.கோரேயின் வீட்டு வரவேற்பறை வியக்கத் தக்கதாக இருந்தது. அது மிகப் பெரியதாக இருந்தது. கல்கத்தாவில் இருந்த எங்கள் வீட்டின் கீழ்தளம் முழுவதையுமே கிட்டத்தட்ட அந்த இடத்திற்குள் அடைத்து விடலாம் என்று நான் நினைத்துக் கொண்டேன். அதன் ஒரு பக்கம் வரிசையாக இருந்த ஜன்னல்கள் மூலமாக கடலை ரசிக்க முடியும். அங்கிருந்த மரச்சாமான்கள் அனைத்துமே விலையுயர்ந்தவையாக இருந்தன. அங்கிருந்த ஒவ்வொரு மரச்சாமானும் குறைந்தது இரண்டு அல்லது மூன்றாயிரம் விலையுள்ளதாக இருக்கும். இவை போக தரை முழுவதும் கம்பள விரிப்பு, சுவற்றில் சித்திரங்கள், கூரையிலிருந்து

தொங்கிய அலங்கார கண்ணாடி விளக்கு, அறையின் ஒரு பக்கம் முழுவதையும் மிகப்பெரிய புத்தக அலமாரி ஒன்று அடைத்துக் கொண்டிருந்தது. அதிலிருந்த புத்தகங்கள் பளிச்சென இருந்ததைப் பார்க்கும்போது இப்போதுதான் அவை வாங்கப்பட்டன என்ற தோற்றத்தை அளித்தது.

ஃபெலுடாவும் நானும் மென்மையான, நன்கு அடர்த்தியாக பஞ்சு திணிக்கப்பட்ட சோபாவில் அமர்ந்து கொண்டோம். லால்மோகன் பாபு அதே போன்ற ஒற்றை நாற்காலியில் அமர்ந்து கொண்டார். உடனேயே மிகப் பெரிய நாய் ஒன்று அறைக்குள் வந்து நட்ட நடுவில் நின்று கொண்டது. அதன் தலை முதலில் நாற்காலியையும் பின்பு சோபாவையும் நோக்கித் திரும்பியது. லால்மோகன் பாபுவின் முகம் வெளுத்துப் போனது. ஃபெலுடா ஒரு கையை நீட்டி சொடக்கு போட்டார். அந்த நாய் உடனடியாக அவரிடம் போனது. கிரேட் டேன் என்ற வகை நாய் அது என்று பின்னர் தெரிந்து கொண்டேன்.

"ட்யூக்! ட்யூக்!"

என்ற குரல் கேட்டதும் அந்த நாய் ஃபெலுடாவை விட்டு அகன்று ஒரு கதவை நோக்கிச் சென்றது. நாங்கள் உட்காரும் வரை காத்திருந்த மிஸ்டர் கோரே பின்னர் ஒரு சில நிமிடங்கள் எங்களை தனியாக விட்டு விட்டுச் சென்றார். இப்போது அவர் திரும்பி வந்தபோது அவரது கையில் ஒரு கவர் இருந்தது. லால் மோகன் பாபு அமர்ந்திருந்த நாற்காலிக்கருகே அமர்ந்தார் அவர்.

அவர் லால்மோகன் பாபுவை பார்த்துச் சொன்னார். "உங்களுக்காக தயாராக வைத்திருக்க வேண்டும் என்றுதான் நினைத்தேன். ஆனால் அதற்குள் மூன்று ட்ரங்க்கால் பேச வேண்டியதாகிவிட்டது. எனவேதான் எனக்கு நேரம் கிடைக்கவில்லை."

அந்தக் கவரை அவர் லால்மோகன் பாபுவிடம் நீட்டினார். தனது நடுங்கும் கைகளை சரிப்படுத்தியவாறே அவர் அதை சர்வசாதாரணமாக நடந்து கொள்வதைப் போல் கையை நீட்டி வாங்கிக் கொண்டார். பின்பு அந்த கவருக்குள் கையை விட்டார். ஒரு கட்டு நூறு ரூபாய் நோட்டுகள் வெளியே தெரிந்தன.

"அதை எண்ணிக் கொள்ளுங்கள்!" என்றார் திரு.கோரே.

"எண்ண வேண்டுமா?"

"ஆமாம். நிச்சயமாக. அதில் நூறு நோட்டுகள் இருக்க வேண்டும்."

லால்மோகன் பாபு அந்த நோட்டுக் கற்றையை எண்ணி முடிப்பதற்குள் வெள்ளியால் ஆன தேநீர் தட்டு எங்கள் முன் வைக்கப்பட்டது. அதை ஒரு தடவை உறிஞ்சியபோதே மிகச் சிறந்த டார்ஜிலிங் தேயிலை கொண்டு தயாரிக்கப்பட்ட தேநீர் என்பதை என்னால் உணர முடிந்தது.

கோரே ஃபெலுடாவை நோக்கித் திரும்பிக் கேட்டார். "உங்களைப் பற்றி நான் எதுவுமே தெரிந்து கொள்ளவில்லையே?"

"தெரிந்து கொள்வதற்கு எதுவுமில்லை. நான் மிஸ்டர் கங்குலியின் நண்பன். அவ்வளவுதான்."

"இல்லை. சார். அது போதுமானதல்ல. நீங்கள் சாதாரண ஆளல்ல. உங்கள் பார்வை, உங்கள் குரல், உங்கள் உயரம், நடக்கும் விதம் உடலமைப்பு ஆகிய எதுவுமே சாதாரணமானதல்ல. உங்களைப் பற்றி எதுவும் சொல்ல நீங்கள் விரும்பவில்லை என்றால் பரவாயில்லை. ஆனாலும் மிஸ்டர் கங்குலியின் நண்பர் என்பதைத் தவிர வேறு விசேஷமாக எதுவும் இல்லை என்று நீங்கள் சொன்னால் அதை என்னால் நம்ப முடியாது!"

ஃபெலுடா புன்னகைத்தவாறே, தேநீரை ஒருமுறை உறிஞ்சி விட்டு, பேச்சை மாற்றினார். "உங்களிடம் நிறையவே புத்தகங்கள் இருக்கின்றன!"

"ஆமாம். ஆனால் அவற்றை நான் படிப்பதில்லை. அந்தப் புத்தகங்கள் எல்லாம் வெறும் வேஷத்திற்காகத்தான். தாராப்பூர் வாலா புத்தக நிலையத்திற்கு நிரந்தரமாக உத்திரவிட்டிருக்கிறேன். எந்த நல்ல புத்தகம் வெளிவந்தாலும் ஒரு பிரதியை எனக்கு அனுப்பி விடுவார்கள்."

"அதில் ஒரு வங்காளி புத்தகம்கூட இருக்கிறது!"

அடக் கடவுளே! ஃபெலுடாவின் கண்கள்தான் எவ்வளவு கூர்மை! வரிசையாக அடுக்கி வைக்கப்பட்டிருக்கும் ஆங்கில மொழி நூல்களுக்கு இடையேயும் ஒரு வங்காளி மொழி புத்தகம் அவர் கண்ணில் பட்டிருக்கிறது.

கோரே உரக்கச் சிரித்தார். "வங்காளி மட்டுமல்ல, மிஸ்டர்மித்தர். இந்தி, மராத்தி, குஜராத்தி என எல்லா மொழிகளிலும் என்னிடம் புத்தகங்கள் இருக்கின்றன. இந்தி, வங்காளி, குஜராத்தி படிக்கத் தெரிந்த ஒருவரை எனக்குத் தெரியும். இந்த மொழிகளில் வெளிவரும் நாவல்களை அவர் படித்து விட்டு அவற்றின் சுருக்கத்தை எனக்கு தருவார். மிஸ்டர் கங்குலி எழுதிய நாவலின்

சுருக்கத்தைக்கூட நான் படித்திருக்கிறேன். இதோ பாருங்கள் மிஸ்டர்மித்தர்! ஒரு திரைப்படத்தை உருவாக்குவதற்கு...."

அதற்குள் டெலிபோன் மணி அடிக்கத் துவங்கி அவரது பேச்சை தடை செய்தது. கோரே எழுந்து, கதவிற்கருகே உயரமான முக்காலியின் மீது வைக்கப்பட்டிருந்த வெள்ளை நிற டெலிபோனை எடுத்தார்.

"ஹலோ... ஆமாம் . கொஞ்சம் இருங்கள். மிஸ்டர் கங்குலி. இந்த போன் உங்களுக்குத்தான்."

லால்மோகன் பாபுவிற்கு மீண்டும் தூக்கி வாரிப் போட்டது. இவ்வாறு அடிக்கடி நடப்பது அவரது இதயத்தை பாதிக்கக் கூடாது என்று எண்ணிக் கொண்டேன்.

டெலிபோனை நோக்கி நடந்து கொண்டே "யார்? புலாக் கோஷாலா?" என்றார் அவர்.

"இல்லை. சார். அவர் யாரென்று தெரியவில்லை" என்று மிஸ்டர் கோரே பதில் அளித்தார்.

"ஹலோ" லால்மோகன் பாபு போனை எடுத்து பதிலளித்தார். பெலுடா ஓரக் கண்ணால் அவரை நோட்டம் விட்டுக் கொண்டிருந்தார்.

"ஹலோ...ஹலோ..."

லால்மோகன் பாபு குழப்பத்துடன் எங்களைப் பார்த்தார். "யாருமே பேச மாட்டேன் என்கிறார்கள்!"

'அழைப்பு ஒருவேளை துண்டிக்கப்பட்டிருக்கலாம்' என்றார் கோரே.

லால்மோகன் பாபு தலையை அசைத்து மறுத்தார். இல்லை. வேறு பல சத்தங்களை என்னால் கேட்க முடிகிறது. ஆனால் யாரும் எதுவும் பேசவில்லை.

இப்போது ஃபெலுடா எழுந்து சென்று அவரிடமிருந்த ரிசீவரை வாங்கினார். "ஹலோ...ஹலோ..."

பின்பு அவரும்கூட தலையை அசைத்தபடியே சொன்னார். "அது யாராக இருப்பினும் போனை கீழே வைத்து விட்டார்கள்"

"விசித்திரமாக இருக்கிறதே! அது யாராக இருக்கும்?" என்று லால்மோகன் பாபு வியப்புடன் கூறினார்.

கோரே எங்களிடம் சொன்னார். "அதைப் பற்றி நீங்கள் கவலைப்படாதீர்கள். பம்பாயில் இதுபோன்ற சம்பவம் எப்போதும் நடப்பதுதான்!"

ஃபெலுடா இன்னமும் நின்று கொண்டிருந்தார். அதைப் பார்த்ததும் புரிந்து கொண்டு நாங்களும் எழுந்தோம். அந்த மர்மமான போன் அழைப்பு குறித்து லால்மோகன் பாபு ஏதும் கவலைப்பட்டதாகவே தோன்றவில்லை. ஒருவேளை அவரது பாக்கெட்டில் பத்தாயிரம் ரூபாய் இருந்ததால் கூட அப்படி இருக்கலாம்.

“இன்று மாலை புலாக் இயக்கிய திரைப்படம் ஒன்றை பார்க்க நாங்கள் லோட்டஸ் தியேட்டருக்கு போகப் போகிறோம்” என்று லால்மோகன் பாபு மிகச் சாதாரணமாகக் கூறினார்.

“ஆமாம். நீங்கள் அவசியம் பார்க்க வேண்டும். புலாக் பாபு மிகச் சிறந்த டைரக்டர். ஜெட் பகதூர் படமும்கூட மிகச் சிறந்த வெற்றிப் படமாக இருக்கும் என்று உறுதியாக நம்புகிறேன்.”

எங்களை வழியனுப்பி வைக்க வாசல்வரை வந்தார். மிஸ்டர் கோரே. “நாளை மதிய விருந்தை மறந்து விடாதீர்கள். உங்களிடம் வண்டி இருக்கிறதல்லவா?”

திரு.கோஷால் எல்லா ஏற்பாடுகளையும் எங்களுக்காக செய்திருக்கிறார் என்று அவருக்கு உறுதியளித்தோம். நாள் பூராவும் எங்கள் பயணத்திற்காகவே ஒரு கார் தயாராக உள்ளது என்பதையும் அவரிடம் சொன்னோம்.

நாங்கள் அந்த தளத்தின் மையப் பகுதிக்கு வந்து லிப்ட்டிற்கான அழைப்பு பொத்தானை அழுத்தினோம். “இவர்களிடம் எவ்வளவு பணம் இருக்கிறது என்பதை நீங்கள் இப்போது தெரிந்து கொண்டிருப்பீர்கள்!” என்று ஃபெலுடா லால்மோகன் பாபுவிடம் சொன்னார்.

“ஆமாம். உண்மையைச் சொல்வதானால் அதில் ஒரு பகுதி இப்போது என் பாக்கெட்டில் இருக்கிறது!”

“உண்மைதான். ஆனால் அது ஒரு சிறு பகுதிதான். ஆயிரம் ரூபாய் கூட இவரை போன்றவர்களுக்கு மிகச் சிறிய தொகைதான். அவர் உங்களிடம் ரசீதுகூட கேட்கவில்லை என்பதை கவனித்தீர்களா? அப்படி என்றால் கறுப்புப் பணம்தான் உங்கள் பாக்கெட்டில் இப்போது நிரம்பியிருக்கிறது. இருட்டு உலகத்தை நோக்கி இப்போதுதான் நீங்கள் முதல் அடி எடுத்து வைத்திருக்கிறீர்கள்!”

லிப்ட் மேலிருந்து கீழிறங்கி கொஞ்சம் சத்தத்துடன் நாங்கள் இருந்த தளத்தில் வந்து நின்றது.

“ஃபெலு பாபு நீங்கள் என்னதான் சொன்னாலும் சரி... ஒருவரின் பாக்கெட்டில் பணம் இருந்தால், அது வெளுப்பாக இருந்தாலும் சரி... கருப்பாக இருந்தாலும் சரி...”

லால்மோகன் பாபு பேச்சை நிறுத்தினார். உள்ளே நுழைவதற்காக லிப்டின் கதவைத் திறந்தார் ஃபெலுடா. அதிலிருந்து கடுமையானதொரு வாசனை வெளிவந்தது. குல்பஹார் நறுமண சென்ட் வாசனைதான் அது. எங்கள் அனைவராலும் அதை உணர முடிந்தது. குறிப்பாக லால்மோகன் பாபு. அது அவரை வாயடைக்க வைத்தது.

நாங்கள் ஃபெலுடாவை பின்தொடர்ந்து லிப்டிற்குள் நுழைந்தோம். எங்களது இதயம் வேகமாக துடித்தன. ஒரு சில நொடிகளுக்குப் பிறகு என்னால் பேசாமல் இருக்க முடியவில்லை. இந்த நாட்டில் குல்பஹார் சென்ட் ஐ பயன்படுத்துபவர்கள் நிறைய பேர் இருக்கிறார்கள் போலிருக்கிறது. சன்யால் மட்டுமே அதை பயன்படுத்துகிறார் என்று சொல்லிவிட முடியாது!

இதற்கு பதிலேதும் சொல்வதற்கு மாறாக ஃபெலுடா 17வது தளத்திற்கான பொத்தானை அழுத்தினார். நாங்கள் மேலும் ஐந்து மாடிகளை கடந்து சென்றோம்.

மற்ற தளங்களைப் போலவே இந்த தளத்திலும் லிப்டிற்கு அருகருகே மூன்று கதவுகள் இருந்தன. இடது புறத்தில் இருந்த கதவில் எச்.ஹெக்ரோத் என்றிருந்தது. ஜெர்மன் பெயர் என்று முணுமுணுத்தார் பெலுடா.

வலதுபுறத்தில் இருந்த கதவில் என்.சி மன்சுக்கானி என்றிருந்தது. அதன் உரிமையாளர் சிந்தியாக இருக்க வேண்டும். நடுவில் இருந்த கதவில் பெயர் எதுவும் இல்லை.

“அந்த ஃபிளாட் காலியாக இருக்கிறது” என்றார் லால்மோகன் பாபு.

“அப்படியொன்றும் அவசியமில்லை” என்று பதிலளித்தார் ஃபெலுடா. “எல்லோருமே பெயர் பலகைகளை பயன்படுத்துவதில்லை. இன்னும் சொல்லப் போனால் இந்த ஃபிளாட்டில் யாரோ வசிக்கிறார்கள்.”

லால்மோகன் பாபுவும் நானும் அவரை உற்றுப் பார்த்தோம்.

“அழைப்பு மணி சில நாட்களுக்கு பயன்படுத்தப்படாமல் இருந்தால், அதன் சுவிட்சில் தூசி படிந்திருக்கும். ஆனால் இதை நன்றாகப் பாருங்கள். பின்பு மற்ற இரண்டையும் பாருங்கள்.

பின்பு சொல்லுங்கள் இவற்றிற்கிடையே வேற்றுமை ஏதும் இருக்கிறதா என்று."

நான் அந்த சுவிட்சை உற்றுப் பார்த்தேன். ஃபெலுடா சொன்னது சரிதான். அது நன்றாக பளபளப்பாகத்தான் இருந்தது. தூசி எதுவும் படிந்ததற்கான அறிகுறியே அதில் தென்படவில்லை.

"அதை அழுத்தப் போகிறீர்களா?" லால்மோகன் பாபு கேட்டார். அவரது குரலில் லேசான நடுக்கம் இருந்தது.

ஃபெலுடா அந்த அழைப்பு மணியை அழுத்தவில்லைதான். அதைவிட அவர் செய்த காரியம் எங்களை மேலும் குழப்பத்தில் ஆழ்த்தியது. அவர் தரையில் படுத்து தரைக்கும் கதவிற்கும் இடையே இருந்த இடைவெளியின் மூலம் மூச்சிழுக்கத் துவங்கினார். ஒரு சிலமுறை அவ்வாறு செய்வதை நான் கவனித்தேன். அதன் பிறகு அவர் எழுந்து நின்று கொண்டு சொன்னார். காஃபி. வலுவான மணம் நிறைந்த காஃபி மணத்தை என்னால் உணர முடிகிறது.

அதன் பிறகு அவர் செய்தது மேலும் வியப்பூட்டுவதாகவே இருந்தது. லிப்டில் ஏறுவதற்கு பதிலாக, தரைத்தளத்திற்கு செல்ல படிக்கட்டுகளை பயன்படுத்தினார் அவர். வழியில் ஒவ்வொரு தளத்திலும் அரை நிமிடம் நின்று சுற்று முற்றும் பார்த்துக் கொண்டே வந்தார். அவர் எதைத் தேடுகிறார் என்று கடவுளுக்குத்தான் வெளிச்சம்!

இறுதியில் நாங்கள் அந்தக் கட்டிடத்தை விட்டு வெளியே வந்தபோது மணி 5.10 ஆகியிருந்தது.

ஒருசில நாட்களுக்கு முன்புதான் நாங்கள் பம்பாய் வந்திருந்தோம். ஆனால் அதற்குள்ளாகவே சிக்கலானதொரு மர்ம வலைக்குள் நாங்கள் ஏற்கனவே சிக்கிக் கொண்டு விட்டோம் என்பதில் சந்தேகமில்லை.

ஏழு

“உங்களை ஒருசில கேள்விகள் கேட்டால் தப்பாக எடுத்துக் கொள்ள மாட்டீர்களே?” என்று லால்மோகன் பாபுவிடம் கேட்டார் ஃபெலுடா . பத்து நிமிடங்களுக்கு முன்புதான் சிவாஜி கோட்டையிலிருந்து எங்களது ஓட்டலுக்குத் திரும்பியிருந்தோம். நாங்கள் வெளியே சென்றிருந்தபோது, யாரோ லால்மோகன் பாபுவிற்கு போன் செய்ததாகவும் ஆனால் தனது பெயரையோ அல்லது எந்தவித தகவலையுமோ சொல்லவில்லை என்று ஓட்டலின் வரவேற்பாளர் எங்களிடம் தெரிவித்தார்.

“அது புலாக் ஆகத்தான் இருக்க வேண்டும். அவ்வப்போது என்னை தொடர்பு கொள்ள முயற்சித்திருக்க வேண்டும். அது வேறு யாராகவும் இருக்க முடியாது” என்றார் லால்மோகன் பாபு.

இப்போது அவர் பெலுடாவை நோக்கித் திரும்பிக் கொண்டே சொன்னார். “போலீஸின் விசாரணையையே என்னால் சமாளிக்க முடிந்து, வெற்றிகரமாக வெளிவர முடியும் என்றால், உங்கள் கேள்விகளுக்கு நான் ஏன் பயப்பட வேண்டும்?”

“நல்லது. சன்யாலின் முழுப் பெயர் உங்களுக்குத் தெரியாது. இல்லையா?”

“இல்லை. அதை நான் அவரிடம் கேட்கும் வாய்ப்பு கிடைக்கவில்லை.”

“அவரைப் பற்றி கொஞ்சம் விவரிக்க முடியுமா? அதுவும் முழுமையான, தெளிவான விவரம் வேண்டும். உங்களது புத்தகங்களில் நீங்கள் பயன்படுத்துவது போன்ற ஏனோதானோவென்ற விவரங்கள் அல்ல!”

லால்மோகன் பாபு தொண்டையை கனைத்துக் கொண்டு புருவத்தை சுருக்கினார்.

"அவரது உயரம்... அதாவது...!"

"மற்ற அனைத்திற்கும் முன்னதாக ஒருவரது உயரத்தையா நீங்கள் எப்போதும் எடுத்துக் கொள்வீர்கள்?"

"ஆமாம். வழக்கமான உயரத்தை விட கூடுதலான உயரமா? குறைந்த உயரமா? என்றுதான் பார்ப்பேன்!"

"சன்யால் மிகவும் குள்ளமானவரா?"

"இல்லை."

"நல்ல உயரமா?"

"இல்லை."

"அப்படியென்றால் அவரது உயரத்தைப் பற்றி இப்போது பேச வேண்டாம். அவரது முகத்தைப் பற்றி கூறுங்கள்."

"நான் அவரை மாலை மறையும் வேளையில்தான் பார்த்தேன். எனது வரவேற்பறையில் இருக்கும் பல்ப் அவ்வளவு பிரகாசமானதல்ல. வெறும் 40 வாட்ஸ்தான்."

அதைப் பற்றி கவலைப்படாதீர்கள். உங்களுக்கு நினைவில் இருப்பதை சொல்லுங்கள்.

"அகலமாக முகம். அவரது கண்கள்... ம்ம்... அவர் கண்ணாடி அணிந்திருந்தார். தாடியும் இருந்தது. நல்ல அடர்த்தயான தாடி, மீசையும் இருந்தது. அது அவரது தாடியோடு சேர்ந்திருந்தது."

"அதாவது ஃபிரெஞ்ச் தாடி என்பார்களே! அதைப் போலவா?"

"இல்லையில்லை. அதுவேறு மாதிரியாக இருந்தது என்றுதான் நினைக்கிறேன். அது அவரது கிருதாவுடன் சேரும்படி

இருந்தது."

"நல்லது. மேலும் சொல்லுங்கள்."

"அவரது முடி கறுப்பும் வெள்ளையும் கலந்த முடி. அப்படித்தான் இருந்தது. வலது பக்கம்... இல்லையில்லை, இடது பக்கம் வகிடு எடுத்து வாரியிருந்தார்."

"பற்கள்?"

"மிகச் சரியாக இருந்தன. பொய் பற்களாகத் தோன்றவில்லை"

"குரல்?"

"ரொம்ப ஆழமாகவோ அல்லது மெல்லிய குரலாகவோ இல்லை. நடுத்தரம் என்றே கூறலாம்."

"உயரம்?"

"ஏற்கனவே சொன்னேனே? நடுத்தர உயரம்."

"அவர் ஏதோ ஒரு போன் நெம்பர் உங்களிடம் கொடுத்தாரோ பம்பாயிலுள்ள அவரது நண்பரின் எண் என்று அவர் உங்களிடம் சொல்லவில்லையா? அந்த நண்பர் எப்படி? உதவி செய்யக் கூடியவரா?"

"ஆமாம். ஆமாம். அதைப் பற்றி சுத்தமாக மறந்து விட்டேன். இதை போலீஸிடம் சொல்லியிருக்கலாம். அந்த இன்ஸ்பெக்டர் என்னிடம் அத்தனை கேள்விகளை கேட்டபோது கூட நான் அதை சுத்தமாக மறந்து விட்டேன்."

"அதைப் பற்றி கவலைப்படாதீர்கள். இப்போது என்னிடம் சொல்லலாம்!"

"கொஞ்சம் பொறுங்கள். இதோ பார்க்கிறேன்!" என்று சொல்லி விட்டு லால் மோகன் பாபு தனது பர்ஸை திறந்து நீல நிறத்தில் மடிக்கப்பட்டிருந்த ஒரு காகிதத்தை வெளியே எடுத்தார். பெலுடா அதை கவனமாக ஆராய்ந்தார். ஏனென்றால் அது சன்யாலின் சொந்த கையெழுத்தில் எழுதியிருந்தது. பிறகு அந்த காகிதத்தை தனது பர்ஸில் வைத்தவாறே என்னிடம் சொன்னார். "தொப்ஷே... இந்த நெம்பருக்கு தொடர்பு கிடைக்குமா என்று பார்... ஆப்பரேட்டரிடம் சொல் . இதோ அந்த எண் 253418."

நான் போனை எடுத்து ஆப்பரேட்டரிடம் பேசினேன். பின்பு போனை ஃபெலுடாவிடம் கொடுத்தேன்.

ஃபெலுடா பேசினார் "ஹலோ! மிஸ்டர் தேசாயுடன் தயவு செய்து பேச முடியுமா?"

விசித்திரம்தான் இது. அந்த எண்ணை தேசாய் என்று எவரும் பயன்படுத்தியதே இல்லை. மறுமுனையில் பேசியவர் பெயர் பரேக். அவர் இதே எண்ணை கடந்த பத்து வருடங்களாக பயன்படுத்தி வருவதாக கூறினார்.

ரிசீவரை கீழே வைத்தவாறே பெலுடா சொன்னார். "லால்மோகன் பாபு! உங்களது அடுத்த கதையை சன்யாலுக்கு விற்பதை மறந்து விடுங்கள்! அந்த ஆள் நிச்சயமாக சந்தேகத்திற்குரியவனாகத்தான் இருக்கிறான். அதேபோல அவன்

உங்களிடம் கொடுத்த பாக்கெட்டும் கூட சந்தேகத்திற்கு உரியதுதான்."

லால்மோகன் பாபு தலையை சொறிந்து கொண்டே பெருமூச்சு விட்டார். பின்பு அவர் முணுமுணுத்த குரலில் கூறினார். "உங்களிடம் சொல்வதற்கென்ன ஃபெலு பாபு. ஏதோ ஒருவித வேடிக்கையான காரணத்தினால் அந்த ஆளை எனக்கும் பிடிக்கவில்லை!"

இப்போது ஃபெலுடாவின் குரலில் கடுமை தெறித்தது. "ஏதோ வேடிக்கையான காரணத்தாலா? அந்த வார்த்தையையே நான் வெறுக்கிறேன். சரியான காரணம் உங்களுக்கு தெரிந்திருக்க வேண்டும். அதை வேடிக்கை என்று ஒதுக்கி விடாதீர்கள். அதை விளக்குவதற்கு முயற்சி செய்யுங்கள். சன்யாலை உங்களுக்கு ஏன் பிடிக்கவில்லை?"

ஃபெலுடா தன்னிடம் கடுமையான குரலில் பேசியது பற்றி லால்மோகன் பாபு கவலைப்படவில்லை. அது அவருக்கு நன்கு பழக்கமான ஒன்றுதான். இன்னும் சொல்லப் போனால் அவரது தவறுகளை சுட்டிக் காட்ட ஃபெலுடா தயங்குவதே இல்லை என்பதால்தான் தனது எழுத்துத் திறன் பெருமளவிற்கு முன்னேறியிருக்கிறது என்பதை முதலில் ஒப்புக் கொள்வது அவர்தான்.

அவர் இப்போது நிமிர்ந்து உட்கார்ந்த கொண்டு சொன்னார். "முதலில் அந்த ஆள் பேசும்போது என்னை நேருக்கு நேராக பார்த்து பேசவில்லை. இரண்டாவதாக, அவன் மிகவும் தாழ்ந்த குரலில் பேசினான். ஏதோ ரகசிய திட்டம் ஒன்றை என்னுடன் விவாதிப்பதைப் போல் பேசினான். அவ்வளவு தாழ்ந்த குரலில் பேசுவதற்கு என்ன அவசியம் இருக்கிறது ? மூன்றாவதாக..."

அவரது குரல் மங்கியது. அடுத்த ஒரு சில நிமிடங்கள் லால் மோகன் பாபு எவ்வளவுதான் தீவிரமாக யோசித்துப் பார்த்த போதிலும் மூன்றாவது காரணத்தை மட்டும் அவரால் நினைவுக்கு கொண்டு வர முடியவில்லை.

லோட்டஸ் தியேட்டரில் மாலை காட்சி ஆறரை மணிக்கு துவங்கவிருந்தது. எனவே நாங்கள் ஆறு மணிக்கு புறப்பட்டோம். நானும் லால் மோகன் பாபுவும் மட்டுமே காருக்குச் சென்றோம். ஃபெலுடா தனக்கு வேலை இருப்பதாகச் சொல்லிவிட்டார். அவரது நீலநிற குறிப்பேடு ஏற்கனவே பையிலிருந்து வெளியே

வந்திருந்தது. எந்த வேலையில் அவர் தீவிரமாக இருப்பார் என்று நான் சொல்ல வேண்டிய அவசியம் இல்லை.

லோட்டஸ் தியேட்டர் வொர்லியில் இருந்தது. நாங்கள் அங்கேதான் போக வேண்டும். லால் மோகன் பாபு கொஞ்சம் கலக்கத்துடன் இருந்ததாகவே தெரிந்தது. கோஷால் எந்த மாதிரியான டைரக்டர் என்பதை நாங்கள் பார்க்கவிருந்த திரைப்படம் நிரூபித்து விடும். அவர் என்னிடம் சொன்னார். “அதையும் பார்த்து விடுவோம். அவரது மூன்று படங்களும் ஒன்றன்பின் ஒன்றாக வெற்றிப் படங்கள் என்றால் அவ்வளவு மோசமாக இருக்காது என்றுதான் நினைக்கிறேன். நீ என்ன நினைக்கிறாய் தபேஷ்?”

நான் என்ன சொல்ல முடியும்? அவர் சொன்னதையே நினைத்துதான் நான் என்னை சமாதானப் படுத்திக் கொண்டிருந்தேன்.

மிஸ்டர் கோஷால் மேனேஜரிடம் சொல்ல மறந்துவிடவில்லை. ராயல் சர்க்கிளில் எங்களுக்காக மூன்று இடங்கள் ஒதுக்கப்பட்டிருந்தன. இருந்தாலும் நீண்ட நாட்களாக தொடர்ந்து ஓடிக் கொண்டிருக்கும் படம் என்பதால் அரங்கத்தில் நிறைய இருக்கைகள் காலியாகத்தான் இருந்தன.

எவரொருவருக்கும் கடுமையான தலைவலியை ஏற்படுத்தும் வகையான படம்தான் தீரந்தஜ் என்பதை இடைவேளைக்கு முன்பாகவே நாங்கள் நன்றாக உணர்ந்த கொண்டோம். அந்த இருட்டிலேயே லால்மோகன் பாபுவும் நானும் ஒருவரையொருவர் பார்த்துக் கொண்டோம். எனக்கு சிரிக்கவும் தோன்றியது. எனினும் ஜெட் பகதூர் படத்தின் எதிர்காலத்தைப் பற்றி நினைத்த ஒவ்வொரு முறையும் எனக்கு கவலை ஏற்பட்டது. லால் மோகன் பாபு என்ன செய்யப் போகிறார்?

இடைவேளையின்போது விளக்குகள் எரியத் துவங்கியதும் லால்மோகன் பாபு பெரு மூச்சு விட்டார். மிகுந்த கரிசனத்துடன் அவர் சொன்னார். “புலாக்! நாமிருவரும் ஒரே நகரத்தின் ஒரே பகுதியிலிருந்து வந்தவர்கள். பல ஆண்டுகளாக நீ செய்யக் கற்றுக் கொண்டது. இதைத்தானா?” பின்பு சற்று இடைவெளிக்குப் பிறகு அவர் என் பக்கம் திரும்பிச் சொன்னார். “புலாக் துர்கா பூஜையின்போது ஒவ்வொரு வருடமும் ஒரு நாடகத்திற்கு ஏற்பாடு செய்வான். எனது நினைவிற்கு எட்டிய வரை அவன் பி.காம் தேர்வில் தோல்வி பெற்றான். இப்படிப்பட்ட நபரிடமிருந்து வேறெதை எதிர்பார்க்கமுடியும்?”

மீண்டும் விளக்குகள் மங்கத் தொடங்கியதுமே தாங்கள் அரங்கத்தை விட்டு வெளியேறினோம். அரங்கத்திற்கு வெளியே புலாக் கோஷாலோ அல்லது அவரது ஆளோ காத்திருக்கக் கூடும் என்று நான் மனதிற்குள் பயந்தேன். ஆனால் வெளியே யாரும் இல்லை.

லால்மோகன் பாபு முடிவு செய்திருந்தார். “என்னைக் கேட்டால் இந்தப் படம் முதல் தரமான படம் என்றுதான் சொல்லப் போகிறேன். தபேஷ், உண்மையைச் சொல்வதென்றால், கோரே யிடமிருந்து அந்த சலவை நோட்டுகளை மட்டும் நான் வாங்கியிருக்காவிட்டால் எனக்கு மனம் முறிந்திருக்கும்!”

அந்த தியேட்டருக்கு எதிரே இருந்த பூங்காவில்தான் எங்களது கார் நிறுத்தப்பட்டிருந்தது. லால்மோகன் பாபு உடனடியாக காரை நோக்கி நடக்கவில்லை. பதிலாக அருகிலிருந்த சிறிய கடை ஒன்றை நோக்கி அவர் நடந்தார். அந்தக் கடையில் ஒரு பாக்கெட் காரம், இரண்டு பாக்கெட் பிஸ்கட், ஆறு ஆரஞ்சு பழங்கள், ஒரு பாக்கெட் எலுமிச்சை மிட்டாய்கள் ஆகியவற்றை வாங்கிக் கொண்டார். பின்பு அவர் என்னிடம் சொன்னார். ஓட்டல் அறையில் இருக்கும்போது சில நேரங்களில் எனக்கு மிகுந்த பசி ஏற்படுகிறது. அப்போது இவை உதவியாக இருக்கும்!

நாங்கள் காருக்குத் திரும்பி வந்தோம். எங்கள் கைகளில் பாக்கெட்கள் நிரம்பி வழிந்தன. நான் கதவைத் திறந்ததுமே இரண்டு பேருமே பலத்த அதிர்ச்சிக்கு ஆளானோம். அந்தக் கார் முழுவதும் குல்பஹார் சென்ட் மணம் நிரம்பி வழிந்தது. நாங்கள் இங்கே காரில் வந்தபோது அந்த மணம் இருக்கவில்லை. கடந்த ஒன்றரை மணி நேரத்திற்குள்தான் அது காருக்குள் வந்திருக்க வேண்டும்.

“எனக்கு தலை சுற்றுகிறது தபேஷ். உண்மையிலேயே இது நிச்சயம் பயமுறுத்தல்தான் . இல்லையா? அந்த சன்யால் நிச்சயமாக கொலை செய்யப்பட்டிருப்பான். இப்போது சென்ட் மணம் கமழும் அவன் ஆவி நம்மை பயமுறுத்திக் கொண்டிருக்கிறது!” என்று கலக்கத்துடன் சொன்னார் லால்மோகன் பாபு.

அவருக்கு ஏதாவது தெரியுமா? என்று டிரைவரை கேட்டேன். அவர் பெரும்பாலான நேரம்தான் காருக்குள்ளேயேதான் இருந்ததாகவும், ஒரே ஒரு முறைதான் அதுவும் ஐந்தே நிமிடங்களுக்குத்தான் அருகிலுள்ள கடை ஒன்றில் டி.வியில் ஃபூல் கிலே ஹைறன் குல்ஷன் குல்ஷன் தொடரை பார்ப்பதற்காக

காரை விட்டு வெளியே சென்றதாகவும் கூறினார். இந்த சென்ட் மணம் அவருக்கும் புரிந்தது. ஆனால் அது எப்படி உள்ளே வந்தது என்றுதான் அவருக்குப் புரியவில்லை. ஏதோ மாய மந்திர வேலை என்று அவர் நினைத்தார்.

நாங்கள் ஓட்டலுக்குத் திரும்பியதுமே இதைப் பற்றி ஃபெலுடாவிடம் சொன்னோம். "லால்மோகன் பாபு, திட்டம் மேலும் வலுப்படும்போது இது போன்றவை நடக்கத்தான் செய்யும்! இல்லையென்றால் இதை மர்மம் என்றுதான் கூறவேண்டும். உண்மையில் இது மர்மம் இல்லை என்றால் ஃபெலு மித்தர் தனது மூளைக்கு வேலை கொடுக்க முடியாது. அப்படித்தானே?" என்று கேட்டார் ஃபெலுடா.

"ஆனாலும்..."

"நீங்கள் என்ன கேட்கப் போகிறீர்கள் என்று எனக்குத் தெரியும். இந்த திட்டம் முழுவதும் இன்னும் எனக்குப் பிடிபடவில்லை. இப்போது நான் செய்யப் போவதெல்லாம் அதன் தன்மையைப் புரிந்து கொள்ள முயற்சிப்பதுதான்!"

"துப்பறியும் நிபுணரைப் போன்ற தோரணையுடன் நான் கேட்டேன். நீங்கள் வெளியே போயிருந்தீர்கள் போலிருக்கிறது!"

"நன்றாகவே கவனிக்கிறாய் தொப்ஷே. ஆனால் அதற்காக நான் ஓட்டலை விட்டு வெளியே போக வேண்டிய தேவையில்லை. வரவேற்பாளர்தான். அதை எனக்குக் கொடுத்தார்."

நாங்கள் அப்போது விவாதித்தது ஃபெலுடாவின் படுக்கைக்கு அருகேயிருந்த சிறிய மேஜையின் மேல் தெரிந்த இந்தியன் ஏர்லைன்ஸின் கால அட்டவணைதான். "கல்கத்தாவிலிருந்து எத்தனை முறை காத்மாண்டுவிற்கு விமானங்கள் பறக்கின்றன? எந்த நேரத்தில் அவை வந்தடைகின்றன என்பதை தெரிந்து கொள்ள விரும்பினேன்" என்று விளக்கினார் ஃபெலுடா.

காத்மாண்டுவைப் பற்றி அவர் சொல்லியதும்தான் ஃபெலுடாவை நான் கேட்க வேண்டுமென்று நினைத்த ஒரு விஷயம் என் நினைவிற்கு வந்தது.

"இன்ஸ்பெக்டர் பட்வர்த்தன் நானா சாஹேப் பற்றி சொன்னார். அவர் எந்த நானா சாஹேப் பற்றி குறிப்பிட்டார்?"

"இந்திய வரலாற்றில் ஒரே ஒருவர்தான் அவ்வாறு புகழ்பெற்றவர்"

“அதாவது சிப்பாய் கலகத்தின்போது பிரிட்டிஷாருக்கு எதிராக போராடினாரே, அவரா?”

“ஆமாம். ஆனால் அவர் பின்னர் தப்பித்து இந்தியாவை விட்டே போய்விட்டார். அவர் காத்மாண்டுவிற்கு சென்றார். அவரோடு ஏராளமான மதிப்பிடற்கரிய நகைகளையும் எடுத்துச் சென்றார். அதில் வைரங்களும் முத்துக்களும் பதித்த ஒரு நெக்லஸும் அடங்கும். இறுதியில் அது நேபாள் நாட்டின் ஜங் பகதூர் என்ற அரசரின் கைகளில் போய் சேர்ந்தது. அதற்கு பிரதிபலனாக நானா சாஹேபின் மனைவி காஷி பாய்க்கு ஜங் பகதூர் இரண்டு கிராமங்களை பரிசாக வழங்கினார்.”

“அந்த புகழ்பெற்ற நெக்லஸ்தான் இப்போது திருட்டு போயுள்ளதா?”

“ஆமாம். பட்வர்த்தன் சொல்லியதிலிருந்து அப்படித்தான் தெரிகிறது.”

“அடக் கடவுளே! அந்த நெக்லஸையா நான் கொண்டு வந்து கொடுத்தேன்?” லால்மோகன் பாபுவின் குரல் இப்போது கவலையுடன் வெளிப்பட்டது. கிட்டத் தட்ட அவர் கூச்சல் போட்டார் என்றே சொல்லி விடலாம். “சற்றே யோசித்துப் பாருங்கள். நீங்கள் மட்டும் அப்படி செய்திருந்தால் உங்கள் பெயர் வரலாற்றில் வைர எழுத்துக்களால் பொறிக்கப்படும்!”

“ஆனாலும்... ஆனாலும்... அது எங்கே போக வேண்டுமோ அங்கே போய் சேர்ந்து விட்டது என்றுதான் இதன் பொருள். அது நாட்டை விட்டு வெளியே போகாதவாறு தடுக்க வேண்டிய பொறுப்பு இப்போது போலீஸுக்குத்தான் இருக்கிறது. அப்படியிருக்கும்போது நீங்கள் ஏன் கவலைப்படுகிறீர்கள்? அந்த கடத்தல்காரர்களை நீங்களே பிடித்துவிட வேண்டும் என்று ஆசைப்படுகிறீர்களா என்ன?”

இதற்கு ஃபெலுடா பதிலளிப்பதற்கு முன்பாக, டெலிபோன் மணி அடிக்கத் துவங்கியது. அதன் பக்கத்தில் நின்று கொண்டிருந்ததால் லால்மோகன் பாபு அதை எடுத்தார்.

“ஹலோ... ஆமாம் பேசுகிறேன்!”

அப்படியென்றால் அந்த அழைப்பு அவருக்கு வந்ததுதான். ஒருவேளை புலாக் கோஷாலாகக் கூட இருக்கக் கூடும். இல்லை. அப்படியில்லை. அப்படியிருக்க முடியாது. லால்மோகன் பாபுவின் வாய் இதுபோல் விரியத் திறக்கும்படி கோஷால் எப்போதும் எதுவும் சொல்ல மாட்டார். அவரது கைகளில் நடுக்கமிருந்தது.

காதுகளுக்கு சற்று தூரத்தில் அவர் ரிசீவரை வைத்திருந்தபோதிலும் கூட அது நடுங்குவதை என்னால் காண முடிந்தது.

ஃபெலுடா ரிசீவரை அவரிடமிருந்து பிடுங்கி தனது காதில் வைத்தார். எனினும் எதுவும் கேட்காததால் உடனேயே கீழே வைத்துவிட்டார். "யார் அது? சன்யாலா?" என்று கேட்டார் அவர்.

லால்மோகன் பாபு தலையை ஆட்டத்தான் முயன்றார். இருந்தாலும் அந்த நிலையில் அதைக்கூட அவரால் செய்ய முடியவில்லை. ஒருவேளை அவரது உடம்பின் ஒவ்வொரு நரம்புமே இழுத்துக் கொண்டிருக்குமோ என்று தோன்றியது.

"அவர் என்ன சொன்னார்?"

"சொன்னார். நான் வாயைத் திறந்தால், என் குடலை உருவி விடுவேன் என்று சொன்னார்." இதைச் சொல்வதற்கே அவர் தன்னைத் தானே குலுக்கியபடி மிகுந்த முயற்சி செய்ய வேண்டியிருந்தது.

"நல்லது. அதுவும் நல்லதற்குத்தான்!"

"என்ன...?" லால்மோகன் பாபு சிறுபிள்ளைத் தனமாக பெலுடாவை வெறித்துப் பார்த்தார். எனக்கும் கூட பெலுடாவின் இந்த பதில் கொஞ்சம் வித்தியாசமாகத்தான் பட்டது. ஃபெலுடா உடனடியாக அதற்கு விளக்கமளித்தார். "அவ்வப்போது சென்ட் வாசனையை மட்டும் காட்டி பயமுறுத்தினால் போதாது. அதாவது அது மட்டுமே ஒரு வழிகாட்டியாக இருக்க முடியாது. சன்யாலே பம்பாய்க்கு வந்திருக்கிறாரா? அல்லது அந்த சென்ட்-ஐ இங்கிருக்கும் வேறு யாரோ பயன்படுத்துகிறார்களா? என்று தெரிய வில்லை. இப்போது எனக்கு உறுதியாக தெரிந்து விட்டது"

"ஆனாலும் அவர் ஏன் என்னை துரத்த வேண்டும்?" என்று லால்மோகன் பாபு அழும் குரலில் கேட்டார்.

"அது மட்டும் எனக்குத் தெரிந்திருந்தால் அப்புறம் மர்மம் என்று எதுவுமிருக்காது லால்மோகன் பாபு. இந்த கேள்விக்கு உங்களுக்கு விடை தெரிய வேண்டுமென்றால், நீங்கள் கொஞ்சம் பொறுமையாகத்தான் இருக்க வேண்டும்."

எட்டு

அன்று மாலை லால்மோகன் பாபு தனது உணவை வெறுமனே கிளறிக் கொண்டுதான் இருந்தார். தனக்கு பசி இல்லை என்றும் சொன்னார். காப்பர் சிம்னியில் அன்று மதியம் நன்றாகவே சாப்பிட்டிருந்ததால் லால்மோகன் பாபு கவலைப்பட வேண்டியதில்லை என்று ஃபெலுடா குறிப்பிட்டார்.

அதற்கு முந்தைய நாளிரவு உணவிற்குப் பிறகு பீடா வாங்குவதற்கு நாங்கள் மூன்று பேருமாகத்தான் ஓட்டலை விட்டு வெளியே போனோம். இன்றிரவோ, ஓட்டலை விட்டு வெளியே வருவதற்கே லால் மோகன் பாபு மறுத்து விட்டார். "கூட்டமான இந்த தெருக்களில் யார் போவது? சன்யாலின் ஆட்கள் இந்த ஓட்டலை கண்காணிக்கிறார்கள் என்று நான் பந்தயம்கூட கட்டுவேன். அவர்களில் யாராவது என்னை பார்த்து விட்டு கத்தியால் குத்தி விட்டால்...?"

இறுதியில் ஃபெலுடா தனியாகவே போக நேர்ந்தது. லால் மோகன் பாபு என்னுடன் எங்களது அறையிலேயே இருந்து விட்டார். அவர் தொடர்ந்து மறுகிக் கொண்டிருந்தார். "அந்த பாக்கெட்டை நான் ஏன் பெற்றுக் கொண்டேன்?" சிறிது நேரத்திற்குப் பிறகு தனது தற்போதைய நிலை பற்றி வேறு மாதிரியாக புலம்பத் துவங்கினார். "இந்தி திரைப்படத்திற்காக நான் ஏன் கதை எழுத வேண்டும்?" இறுதியில் அவர் சொன்னது இதுதான். "ஏன்தான் நான் மர்மக் கதைகளை எழுதத் துவங்கினேனோ?"

ஒருசில நிமிடங்களில் ஃபெலுடா திரும்பி வந்து வாங்கி வந்த பீடாவை எங்களிடம் நீட்டினார். உங்கள் அறையில் தனியாக தூங்குவீர்கள் அல்லவா? என்று அவர் லால்மோகன் பாபுவிடம்

கேட்டார். அவர் பதிலேதும் பேசவில்லை. ஃபெலுடா அவருக்கு நம்பிக்கையூட்டும் விதத்தில் கூறினார். "இதோ பாருங்கள் இந்த வராந்தாவின் முடிவில் ஒரு சிறிய அறை இருக்கிறது. நீங்கள் பார்த்திருக்கிறீர்கள் அல்லவா? அந்த அறையில் ரூம்பாய் ஒருவன் எப்போதும் இருப்பான். அதுபோக இரவு முழுவதும் ஓட்டலிலும் ஆட்கள் வேலை செய்து கொண்டுதான் இருப்பார்கள். இது ஒன்றும் சிவாஜி கோட்டை அல்ல."

சிவாஜி கோட்டை என்றதுமே லால்மோகன் பாபுவின் உடல் மீண்டும் நடுங்கியது. என்றாலும் இரவு பத்து மணி அளவில் தைரியத்தை திரட்டியபடி அவர் எங்களுக்கு இரவு வணக்கம் தெரிவித்து விட்டு அவரது அறைக்குத் திரும்பினார்.

அவர் போன பிறகு நான் படுக்கச் சென்றேன். புலாக் கோஷாலின் திரைப்படம் எனக்கு மிகுந்த சோர்வை, நகரம் முழுவதையும் சுற்றிப் பார்த்ததைவிட அதிகமான சோர்வை அளித்திருந்தது. ஃபெலுடா இன்னமும் விழித்துக் கொண்டுதான் இருப்பார் என்று எனக்குத் தெரியும். அவரது நீலநிற குறிப்பேடு அருகிலிருந்த சிறிய மேஜையில் கிடந்தது. நாள் முழுவதும் பல குறிப்புகளை அவர் அதில் எழுதியிருந்தார். ஒருவேளை மேலும் சில குறிப்புகளைக் கூட அவர் எழுதக் கூடும்.

முன்பெல்லாம் பலமுறை சரியாக எந்த நேரத்தில் எனக்கு தூக்கம் வந்தது என்பதை குறித்துக் கொள்ள நான் முயற்சித்திருக்கிறேன். ஆனால் ஒவ்வொரு முறையும் அதில் தோல்வியைத்தான் கண்டிருக்கிறேன். இன்று இரவும் வேறுபட்டதாக இருக்கவில்லை. எப்போது நான் தூங்கினேன் என்று எனக்குத் தெரியாது. ஆனால் எப்போது விழித்துக் கொண்டேன் என்பது மட்டும் எனக்கு நன்றாக நினைவிருக்கிறது. யாரோ கதவை தட்டிக் கொண்டிருந்தார்கள். அதே நேரத்தில் அழைப்பு மணியும் விடாமல் ஒலித்துக் கொண்டிருந்தது. நான் படுக்கையில் எழுந்து உட்கார்ந்தேன். ஃபெலுடாவின் படுக்கைக்கு அருகேயிருந்த விளக்கு இன்னமும் எரிந்து கொண்டிருந்தது. எனது கைக் கடிகாரத்தில் அப்போது மணி பன்னிரண்டே முக்கால். ஃபெலுடா எழுந்து கதவைத் திறந்தார். லால்மோகன் பாபு அறைக்குள் தட்டுத் தடுமாறி நுழைந்தார்.

அவருக்கு மூச்சிரைத்துக் கொண்டிருந்தது. ஆனால் பயந்து போனமாதிரி தோன்றவில்லை. அவர் பேசும்போது அவரது வார்த்தைகள் கொஞ்சம் விசித்திரமாக தோன்றிய போதிலும், அச்சத்தை ஏற்படுத்துவதாக இருக்கவில்லை.

"மோசடி ! நிச்சயமாக இதை மோசடி என்றுதான் சொல்வேன்!" என்று அவர் வியப்புடன் கூறினார்.

"உள்ளே வந்து உட்காருங்கள்" என்றார் ஃபெலுடா.

"இல்லை. உட்கார முடியாத அளவிற்கு நான் மிகுந்த உற்சாகத்தில் இருக்கிறேன். இதோ பாருங்கள்! நான் கொடுக்க வேண்டியிருந்த விலை மதிப்பிடற்கரிய நகை இதோ இருக்கிறது பாருங்கள்!"

அதன் பிறகு ஃபெலுடாவின் மூக்கிற்கு அருகே லால்மோகன் பாபு நீட்டியது ஒரு புத்தகத்தை. ஆங்கிலத்தில் எழுதப்பட்ட புகழ்பெற்ற நூல். மிகச் சமீபத்தில்தான் அந்த நூலின் ஒரு பிரதியை நான் பார்த்திருந்தேன். லான்ஸ்டௌன் ரோடில் இருந்த ஒரு கடையின் கண்ணாடி ஜன்னலில் விளம்பரத்திற்காக அதை வைத்திருந்தார்கள். ஸ்ரீ அரவிந்தர் எழுதிய புனித வாழ்க்கை என்ற நூல்தான் அது.

ஃபெலுடாவினால் கூட அதை வெறித்துப் பார்க்கத்தான் முடிந்தது. லால் மோகன் பாபு மேலும் தொடர்ந்தார். "இதோ பாருங்கள். இந்த புத்தகம் ஒழுங்காக பைண்ட் செய்யப்படவில்லை. முதல் 30 பக்கங்களுக்குப் பிறகு அடுத்த சில பக்கங்கள் ஒன்றோடொன்று ஒட்டிக் கொண்டிருக்கின்றன. இந்தப் புத்தகத்திற்கு யாராவது காசு கொடுத்திருந்தால், அந்தப் பணமெல்லாம் வீண்தான். பாண்டிச்சேரியில் இருக்கும் பைண்டர் எப்படி இதுபோன்று மோசமாக வேலை செய்யலாம்?"

"ஆனாலும். இதுதான் உண்மையான நீங்கள் கொடுக்க வேண்டிய பாக்கெட் என்றால் அந்த சிவப்பு சட்டைக்காரனிடம் அன்று எதைக் கொடுத்தீர்கள்?"

"இதை உங்களால் நம்பவே முடியாது. நான் என்ன செய்தேன் உங்களால் கற்பனை செய்ய முடிகிறதா? எனது புத்தகங்களில் ஒன்றைத்தான் அவனிடம் கொடுத்திருக்கிறேன்! ஆமாம். பம்பாய் கொள்ளையர்கள் புத்தகத்தைத்தான்! புலாக்கிற்கு எனது கையெழுத்துப் பிரதியின் ஒரு பிரதியைத்தான் அனுப்பி வைத்திருந்தேன். எனவே எனது வாழ்த்துக்களுடனும் கையெழுத்துடனும் அந்த புத்தகத்தின் ஒரு பிரதியை இப்போது கொடுக்கலாம் என்று நினைத்தேன். இன்னும் சொல்லப் போனால் எனது பையில் இன்னும் 3 பிரதிகள் இருக்கின்றன. எல்லாமே பழுப்பு நிற காகிதத்தில் சுற்றப்பட்டு இருக்கும். நாடு முழுவதிலும் எனக்கு ரசிகர்கள் இருக்கிறார்கள் என்று எனக்குத் தெரியும்.

எனவேதான் பம்பாயில் அவர்கள் யாரையாவது சந்திக்க நேர்ந்தால்...? அதனால்தான் கூடுதலாக பிரதிகளை எடுத்து வந்தேன். அவற்றில் ஒன்றைத்தான் நான்... ஹஹ்ஹா!"

இவ்வளவு உற்சாகமாக லால்மோகன் பாபு இருப்பதை பார்த்து நீண்ட நாட்களாயிற்று.

ஃபெலுடா அந்த புத்தகத்தை அவரிடமிருந்து வாங்கி லேசாகப் பார்த்து விட்டுக் கேட்டார். "அப்படியானால் சன்யாலிடமிருந்து வந்த எச்சரிக்கையைப் பற்றி என்ன சொல்கிறீர்கள்? அவர் உங்களை போனில் மிரட்டவில்லையா? அதற்கும் இந்த புனித வாழ்க்கை புத்தகத்திற்கும் என்ன தொடர்பு?"

லால்மோகன் பாபு எதற்கும் கவலைப்பட்டவராகத் தெரியவில்லை. "அது சரி. சன்யால்தான் நேரடியாக வந்திருக்கிறார் என்று யாருக்குத் தெரியும்? டெலிபோனில் பேசுவதை வைத்து ஒரு குரலை அடையாளம் கண்டு கொள்ள முடியாது என்பது உண்மைதானே? அது ஒரு பைத்தியக்காரனாகக் கூட இருக்கலாம். சும்மா வேடிக்கை காட்டுவதற்காக. பம்பாயில் எதுவேண்டுமானாலும் நடக்கலாம். அதாவது என்ன சொல்ல வருகிறேன் என்றால் தீரன்தஜ் போன்ற ஒரு படம் 25 வாரங்களுக்கும் மேலாக ஓடும் என்றால்... இதற்கு மேலும் நான் ஏதும் சொல்ல வேண்டுமா என்ன?"

"சரி. காரில் அந்த சென்ட் வாசனைக்கு என்ன சொல்கிறீர்கள்?"

"அதுவா? நிச்சயமாக அந்த டிரைவர்தான் போட்டுக் கொண்டிருந்தான் என்கிறேன். கொஞ்சம் நாகரீகமான இளைஞன்தான் அவன். அவனது முடி அழகைப் பார்த்தீர்களா? நாம் கேள்வி கேட்கத் துவங்கியதும் அவன் வெட்கப்பட்டுக் கொண்டு அந்த சென்ட்-ஐ பயன்படுத்துவதை ஒப்புக் கொள்ளவில்லை. அவ்வளவுதான்."

"அப்போது நல்லதுதான். எல்லா மர்மமும் அவிழ்க்கப்பட்டு விட்டது. நீங்கள் இப்போது அமைதியாக இருக்கலாம். நன்றாகத் தூங்குங்கள்!"

"ஆமாம். நிச்சயமாகத் தூங்குவேன். நான் படுக்கப் போகும்போது எனக்கு தலைவலியாக இருந்தது. எனவேதான் ஏதாவது மாத்திரை இருக்கிறதா என்று பார்ப்பதற்காக பையைத் திறந்தேன். அப்படித்தான் இந்த வியப்பளிக்கும் விஷயத்தை கண்டுபிடித்தேன். எப்படியிருந்தாலும், எல்லாமே தெளிவாகி விட்ட நிலையில் அந்த புத்தகத்தை உங்களிடமே விட்டுவிட்டுப் போகிறேன்.

நீங்கள் இறையியல் தொடர்பான விஷயங்களையும் படிக்கலாம் என்று நினைக்கிறேன். அதனால் உங்களுக்கு தீங்கொன்றும் வந்து விடாது. இரவு வணக்கம்!"

லால்மோகன் அறைக்குத் திரும்பினார். நான் எனது படுக்கைக்குச் சென்றேன்.

''புனித வாழ்க்கை என்ற புத்தகத்தை எதிர்பார்த்துக் கொண்டிருக்கும்போது அதற்கு பதிலாக ஜடாயு எழுதிய புத்தகம் கிடைக்கிறது என்று வைத்துக் கொள்வோம். அந்த ஆள் என்ன நினைத்திருப்பான் என்று உங்களால் கற்பனை செய்ய முடிகிறதா ஃபெலுடா?"

"மிகுந்த கோபம் வந்திருக்கும்" என்று தலையணை மேல் தலையை சாய்த்தவாறே ஃபெலுடா சொன்னார். இருந்தாலும் அவர் விளக்கை அணைக்கவில்லை. அவரது நீலநிற குறிப்பேட்டை ஓரம் வைத்துவிட்டு ஸ்ரீ அரவிந்தர் எழுதிய புத்தகத்தின் பக்கங்களை அவர் புரட்டுவதை பார்க்கும்போது எனக்கு மிகவும் வேடிக்கையாக இருந்தது.

இந்த சமயத்தில்தான் நான் மீண்டும் தூங்கினேன் என்று நினைக்கிறேன்.

ஒன்பது

கண்டலாவிற்கும் லோனாவாலாவிற்கும் இடையேயுள்ள ஒரு லெவல் கிராசிங்கை அடைய பூனாவிற்குச் செல்லும் சாலையில்தான் நாங்கள் மறுநாள் காலை போவதாக இருந்தது. அந்த இடத்தில்தான் திரைப்படத்தின் இறுதிக் காட்சி படம் பிடிப்பதாக இருந்தது. மொத்தத்தில் அந்தப் படத்தில் பதினோரு அதிரடிக் காட்சிகள் இருந்தன. புலாக் கோஷால் கடைசி காட்சியிலிருந்து படத்தை துவங்கப் போகிறார்.

ஒரே நாளிலேயே முழு காட்சியையும் படம்பிடித்து விடமுடியாது. இந்த பகுதி முழுவதையும் முடிக்க ஐந்து நாட்களாவது ஆகும். தினமும் படப்பிடிப்பை சென்று பார்ப்பது என்று நாங்கள் முடிவு செய்திருந்தோம். அதாவது முதல் நாள் அனுபவத்தில் எங்களுக்கு மகிழ்ச்சி ஏற்பட்டால் இந்த ஐந்து நாட்களிலுமே ட்ரெயின் கிடைக்கும். அதாவது மதியம் ஒரு மணியிலிருந்து இரண்டு மணி வரை. ஆனால் கொள்ளைக் கும்பலுக்கு தேவையான குதிரைகள், கதாநாயகனுக்கான மேல் கூரையை மடிக்கும் வசதி படைத்த லிங்கன் கார் ஆகியவற்றை எப்போது வேண்டுமானாலும் பயன்படுத்திக் கொள்ளலாம். இந்த காட்சி இப்படித்தான் போகும்.

உண்மையான இன்ஜின் டிரைவரை தள்ளிவிட்டு வில்லன் அந்த ட்ரெயினை ஓட்டி வருகிறான். இந்த வண்டியின் ஒரு பெட்டியில் கதாநாயகியும் அவளது சித்தப்பாவும் கைகளும் கால்களும் கட்டப்பட்ட நிலையில் சிறை வைக்கப்பட்டுள்ளனர். கதாநாயகன் ஒரு காரில் இந்த ட்ரெயினை துரத்திக் கொண்டு வருகிறான். அதே நேரத்தில் குழந்தையாக இருக்கும்போது கொள்ளையர்களால் கடத்திச் செல்லப்பட்டு, இப்போது அவனும்

கொள்ளையனாக மாறிவிட்ட கதாநாயகனின் இரட்டை சகோதரன் தனது குழுவுடன் ட்ரெயினை தாக்குவதற்காக குதிரை காரில் விரைந்து வருகிறார்கள். குதிரையிலிருந்த வண்டிக்குள் நேராக குதிப்பதற்கு ஏற்ற வகையில் அவன் மிக நெருக்கமாக வந்து கொண்டிருக்கிறான். அதே நேரத்தில் காரில் இருக்கும் கதாநாயகனும் ட்ரெயினுடன் போட்டி போட்டுக் கொண்டு வருகிறான். இன்ஜின் டிரைவராக வேஷம் போடும் வில்லனும் கொள்ளையனும் சண்டை போட்டுக் கொண்டிருக்கும் காட்சியில்தான் கதாநாயகன் உள்ளே வருவான். வில்லன் சொல்லப்படுவான். அதன் பிறகு என்ன நடக்கும்? மற்ற அனைத்தையும் வெள்ளித்திரை விளக்கும்!

இந்த இறுதிக் காட்சி மூன்று வெவ்வேறு விதமான வகையில் படம் பிடிக்க திட்டமிட்டுள்ளதாக தெரிய வந்தது. இதில் திரையில் எந்தக் காட்சி மிகச் சிறந்ததாகத் தோன்றுகிறதோ அதை மட்டும் எடுத்துக் கொண்டு மற்ற இரண்டையும் ஒதுக்குவது என்ற முடிவை டைரக்டர் எடுப்பார்.

அதிகாலையிலேயே கோஷால் சற்று நேரத்திற்கு வந்து தலையை காட்டி விட்டுப் போனார். நாங்கள் கிளம்புவதற்கான எல்லா ஏற்பாடுகளையும் செய்து விட்டு தயாராக இருப்பதாக அவரிடம் கூறினோம். அவர் சொன்னார் "லாலுடா, உங்களை பார்க்கும்போதே தீரன் தீஜ் படத்தை நீங்கள் நன்றாக அனுபவித்திருக்கிறீர்கள் என்று என்னால் சொல்லி விட முடியும்!"

லால்மோகன் பாபு நேற்றிரவு சம்பவங்களை நினைத்துக் கொண்டு தனக்குத் தானே சிரித்துக் கொண்டிருப்பதை அவ்வப்போது காண நேர்ந்தது. அந்த சிரிப்பை பார்த்து விட்டுத்தான் கோஷால் அதற்கான காரணத்தை தவறாகப் புரிந்து கொண்டிருந்தார். லால்மோகன் பாபு உரக்கச் சிரித்து விட்டுச் சொன்னார். "பிரமாதம் போ பையா! கல்கத்தாவில் நமது கோர்பார் பகுதியிலிருந்து வந்த ஒரு பையன் இவ்வளவு தூரம் முன்னேறியிருக்கிறான் என்பதை நினைக்கும்போது எனக்கு புல்லரிக்கிறது! நீ நன்றாகவே நிரூபித்துவிட்டாய் ! ஹாஹா!"

நாள் முழுவதும் வெளியிலேயே இருக்கப் போகிறோம் என்பதால் தின்பண்டங்கள் அனைத்தையும் கைப்பையில் வைத்துக் கொள்ளுமாறு ஃபெலுடா என்னிடம் சொன்னார். நேற்று லால்மோகன் பாபு வாங்கியிருந்த ஆரஞ்சு பழங்கள்,

பிஸ்கெட், இனிப்பு ஆகிய எல்லாவற்றையும் மூட்டை கட்டி காரில் வைத்துக் கொண்டோம். லால்மோகன் பாபு தன்னிடமிருந்த பணத்தை ஓட்டல் மேனேஜரிடம் ஒப்படைத்துவிட்டு அதற்கு ரசீதையும் பெற்றுக் கொண்டார். அப்போது அவர் சொன்னார். ''அந்த நடிகர்களுடன் ஒன்றிரண்டு உண்மையான கொள்ளையர்களும் கலந்திருக்க மாட்டார்கள் என்று யாருக்குத் தெரியும்?"

ஃபெலுடா சற்று நேரத்திற்கு வெளியே போய் வந்தார். சிகரெட் வாங்குவதற்காக என்று சொன்னார் அவர். எல்லாமே தீர்ந்து விட்டதாகவும், நாம் போகும் இடத்தில் பல மைல்தூரத்திற்கு கடைகளே இல்லாமலும் கூட இருக்கக் கூடும். அவர் திரும்பியதும் நாங்கள் கிளம்பினோம். இன்னமும் குல் பஹார் செண்ட் மணம் காருக்குள் வீசிக் கொண்டிருந்தது.

தாணே ஸ்டேஷன் பம்பாயிலிருந்து 25 கிலோ மீட்டர் தூரத்தில் இருந்தது. அங்குதான் சாலை வலது புறமாகத் திரும்பி தேசிய நெடுஞ்சாலையுடன் இணைந்து பூனாவை நோக்கிச் செல்கிறது. அதே சாலையில் கண்டாலா 80 கிலோ மீட்டர் தூரத்தில் இருந்தது. அன்று காலையில் பருவநிலை நன்றாகவே இருந்தது. வானத்தில் ஆங்காங்கே துண்டு துண்டாக மேகங்கள் காற்றில் வேகமாக தள்ளப்பட்டு சிதறிக் கிடந்தன. அவற்றின் ஊடாக புகுந்து அவ்வப்போது வெளியே தலை காட்டிய சூரியன் தனது ஒளியால் நகரத்தை மூழ்கடித்துக் கொண்டிருந்தது. இந்த பருவநிலை குறித்து கோஷால் ஏற்கனவே எங்களிடம் சொல்லியிருந்தார். வெளிப்புற படப்பிடிப்பிற்கு இத்தகைய பருவநிலை மிகவும் பொருத்தமானது என்று கூறப்பட்டது. லால் மோகன் பாபு மிகவும் மகிழ்ச்சியாகவே காணப்பட்டார். வெறும் பருவநிலை மட்டுமல்ல. அவர் காண நேர்ந்த அனைத்துமே அவருக்கு மகிழ்ச்சியை அளித்ததாகத் தோன்றியது. "வெளிநாடுகளுக்கு போவது பற்றி நான் இனிமேல் கவலைப்பட வேண்டாம்! பம்பாய் எவ்வளவு அழகான இடம். இங்கிலாந்திற்கு யார் போக விரும்புவார்கள்? அந்த பஸ்களை பார்த்தீர்களா? ஒன்றுகூட கூட்டமாக இல்லை. யாரும் பஸ்ஸை பிடித்து தொங்கிக் கொண்டு செல்லவில்லை. இந்த மக்களுக்குத்தான் எத்தனை பொறுப்புணர்ச்சி!" என்றார் அவர்.

தாணே வந்தடைவதற்கு எங்களுக்கு கிட்டத்தட்ட ஒரு மணி நேரம் ஆயிற்று. சுமார் ஒன்பதே கால் மணியளவில் அப்பகுதியை அடைந்தோம். இன்னும் கால அவகாசம் இருந்தால் அங்கிருந்த

டீ கடையில் நின்று மசாலா டீ குடித்தோம். எங்கள் டிரைவர் ஸ்வரூப் லால் எங்களுடன் சேர்ந்து கொண்டார்.

தாணேயிலிருந்து நாங்கள் கிளம்பிய ஒரு சில நிமிடங்களுக்குப் பிறகுதான் மேற்குத் தொடர்ச்சி மலைப் பகுதியைச் சேர்ந்த மலைகளை ஒட்டியபடி நாங்கள் பயணம் செய்கிறோம் என்பதை என்னால் உணர முடிந்தது. இதற்கு முன் நான் பார்த்த ரயில்வே பாதை இப்போது காணாமல் போயிருந்தது. அது கல்யாணை நோக்கிச் சென்று, வடக்கு திசையை நோக்கி சென்று விட்டது. கல்யாணிலிருந்து அந்தப் பாதை திரும்பி மீண்டும் தெற்காக சென்று பூனாவிற்கு செல்வதற்கு முன்பாக மாதரென்னை வழியாகச் செல்லும். இந்த குறிப்பிட்ட பகுதியின் நடுவேதான் படப்பிடிப்பு நடக்கவிருந்த லெவல் கிராசிங் இருந்தது.

ஒரு சமயம் லால் மோகன் பாபு ஆரஞ்சு சுளை தொண்டையில் மாட்டியவாறு திணறியதைத் தவிர எந்தவித அசம்பாவிதமும் இன்றியே எங்கள் பயணம் தொடர்ந்தது. இந்தப் பயணம் முழுவதிலும் ஃபெலுடா மௌனமாகவே வந்து கொண்டிருந்தார். என்ன எண்ணிக் கொண்டிருக்கிறார் என்பதை அவரது முகத்திலிருந்து தெரிந்து கொள்வது இயலாத காரியம். அவர் மௌனமாக இருக்கத் துவங்கினால் எதைக் குறித்தோ அவர் கவலைப்படுகிறார் என்று எண்ணிக் கொள்ள வேண்டியதில்லை என்பது அனுபவத்தில் எனக்கு நன்றாகவே தெரியும்.

மதியம் சுமார் 12 1/2 மணி அளவில் கண்டாலாவை நாங்கள் கடந்து சென்றோம். ஒரு மைல் போன பிறகு பெரும் எண்ணிக்கையில் மக்கள் குவிந்திருப்பது கண்ணுக்குத் தெரிந்தது. சாலை ஓரத்தில் ஏதோ திருவிழா ஒன்று திடீரென்று முளைத்து விட்டது போலிருந்தது. நாங்கள் அதை நெருங்கியபோதுதான், என் கண்ணில் பட்ட வண்டிகளைக் கண்டு நான் திகைத்துப் போனேன். திருவிழாவில் எதற்கு இத்தனை வண்டிகள்? பிறகுதான் நான் இன்னொன்றையும் பார்த்தேன். குதிரைகள்! அது கோஷாலின் படக்குழுவினர் என்பதையும் ஜெட் பகதூர் படப்பிடிப்பை துவங்குவதற்காக அவர்கள் இங்கே கூடியிருக்கிறார்கள் என்பதையும் பின்னர்தான் நான் உணர்ந்தேன். குறைந்தது நூறுபேராவது அங்குமிங்குமாக சுற்றிக் கொண்டிருந்தார்கள். எங்கு பார்த்தாலும் ஏராளமான கருவிகள், இதர பொருட்கள்... கேமராக்கள், வெயிலை பிரதிபலிக்கும் கண்ணாடி போர்டுகள் (ரிஃப்ளெக்டர்) விளக்குகள், பெரிய

மெத்தைகள் பிரம்மாண்டமான விஷயமாகத்தான் அது இருந்தது.

ஒரு அம்பாசிடர் வண்டிக்கும் பஸ்ஸிற்கும் இடையே தெரிந்த இடைவெளியில் எங்கள் வண்டியை விட்டார் எங்கள் டிரைவர். வண்டி அங்கேயே நிறுத்தப்பட்டது. நாங்கள் வெளியே வந்தவுடனேயே எங்களை வரவேற்க கோஷால் வந்துவிட்டார். அவர் ஒரு வெள்ளைத் தொப்பி அணிந்திருந்தார். பைனாக்குலரைப் போன்ற ஒரு பொருள் அவர் கழுத்தில் தொங்கிக் கொண்டிருந்தது.

“வணக்கம். எல்லாம் சரியாக இருக்கிறதல்லவா?” என்று கேட்டார் அவர்.

நாங்கள் தலையாட்டினோம். “கொஞ்சம் கேளுங்கள். கோரேயிடமிருந்து செய்தி வந்திருக்கிறது. அவர் மாதரென் போயிருக்கிறார். அநேகமாக ரயில்வே அதிகாரிகளுடன் பேசவும், ஒருவேளை பணம் ஏதாவது கொடுக்கவும் அங்கே போயிருக்கலாம் என்று நினைக்கிறேன். அவர் நேராக இங்கே வந்து விடுவார். அதே ட்ரெயினிலும் வரலாம். அல்லது அவரது காரிலும் வரலாம். ட்ரெயின் இங்கே வந்தவுடனேயே உங்களுக்கு சொல்லி விடுகிறேன். எப்படியிருந்தாலும் கோரே சரியான நேரத்திற்கு இங்கு வந்து சேர்ந்தாலும், சேராவிட்டாலும் சரி, நீங்கள் மூவரும் முதல்வகுப்பு பெட்டியில் ஏறிக்கொள்ள வேண்டும். புரிகிறதல்லவா?”

“தெளிவாகவே புரிகிறது!” என்றார் ஃபெலுடா.

நாங்கள் காத்துக் கொண்டிருந்த போது வேறு சில பணியாளர்களையும் சந்தித்தோம். பம்பாய் திரைப்பட உலகில் நிறைய வங்காளிகள் பணியாற்றுகிறார்கள் என்று எனக்குத் தெரியாது. அவர்களில் ஒருவர் ஃபெலுடாவை அடையாளம் கண்டு கொண்டது எனக்கு வியப்பளிக்கவே இல்லை. ஃபெலுடாவின் பெயரைக் கேட்டதும் கேமராமேன் தாஷு கோஷ் புருவத்தை சுருக்கியபடி கேட்டார். “மிஸ்டர்மித்தர்? நீங்கள்தானே அந்த துப்பறியும்...?

“ஆமாம். ஆனால் அதை உங்களோடு மட்டும் வைத்துக் கொள்ளுங்கள்!” என்று ஃபெலுடா அவசரமாகச் சொன்னார்.

“ஏன்? உங்களால் எங்களுக்குத்தான் பெருமை. எல்லோராவில் அந்த சிலை...”

ஃபெலுடா உதடுகளின் மேல் ஒரு விரலை வைத்து அமைதியாக இருக்குமாறு சைகை செய்தார். தாஷுகோஷ் தனது குரலை

தாழ்த்தியபடி கேட்டார். ''ஏதாவது துப்பு துலக்க வந்திருக்கிறீர்களா?"

''இல்லை. விடுமுறையாக எனது இந்த நண்பருடன் வந்துள்ளேன்."

தாஷுகோஷ் பம்பாயில் 21 வருடங்களாக இருந்து வருகிறார். இருந்தபோதிலும் தொடர்ந்து அவர் வங்காளி புத்தகங்களை படித்து வருகிறார் என்பதோடு ஜடாயுவின் இரண்டு, மூன்று புத்தகங்களையும் படித்திருக்கிறார். அன்று வேறு இரண்டு கேமராமேன்களும் அவருடன் வேலை செய்தார்கள். அவர்கள் இந்தியாவின் வேறு பகுதிகளிலிருந்து வந்தவர்கள். கோஷாலுடன் பணிபுரியும் நான்கு உதவியாளர்களில் இரண்டு பேர் வங்காளிகள். என்றாலும் நடிகர்களில் வங்காளிகள் யாரும் இல்லை. அர்ஜுன் மெஹ்ரோத்ராவைத் தவிர அங்கே வில்லனாக நடித்து வந்த

மிக்கியும் இருந்தார். வெறும் மிக்கி. வேறெந்த துணைப்பெயரும் இல்லை. அந்த நேரத்தில் பம்பாயில் முன்னுக்கு வந்து கொண்டிருந்த வில்லன்களில் மிகச் சிறந்தவர் என்று அவர் கருதப்பட்டு வந்தார். 37 படங்களுக்கான ஒப்பந்தங்களில் அவர் கையெழுத்திட்டு இருப்பதாகவும் என்றாலும் அவற்றில் 29 படங்களின் கதைகள் மீண்டும் திருத்தி எழுதப்பட்டு வருகின்றன என்றும் தெரிந்து கொண்டோம். அதுவும்கூட சண்டைகளின் எண்ணிக்கையை குறைக்கத்தான். நல்லவேளை. ஜெட்பகதூர் படித்தில் மொத்தம் நான்கு சண்டைக் காட்சிகள் மட்டுமே இருந்தன. இன்னும் அதிகமாக இருந்திருந்தால், மற்ற பட தயாரிப்பாளர்களைப் போல கோஷாலும் கோரேயும் பெரும் சிக்கலில் மாட்டியிருப்பார்கள்.

தயாரிப்பு மேனேஜராக இருந்த சுதர்ஷன் தாஸிடமிருந்துதான் இவை அனைத்தையும் நாங்கள் தெரிந்து கொண்டோம். அவர் ஓரிசாவிலிருந்து வந்தவர். தாஷுகோஷைப் போலவே பல ஆண்டுகளாக பம்பாயில் வசித்து வருபவர். என்றாலும் ஜெட்பகதூர் படம் முடிந்த பிறகு அவர் கட்டாக் நகருக்குத் திரும்பி ஓரிய மொழிப் படங்களை இயக்குவது என்று திட்டமிட்டிருக்கிறார்.

பெலுடா மற்றொரு குழுவினரை நோக்கிச் சென்றார். கொள்ளைக்காரர்களாக நடிக்கவிருக்கும் நடிகர்கள் அனைவருக்கும் மேக்கப் போட்டுக் கொண்டிருந்தார்கள். ஆடைகளும் அணிந்து கொண்டிருந்தார்கள். திடீரென்று அவர்களில் ஒருவர் பெலுடாவுடன் பேசிக் கொண்டிருப்பதை நான் கவனித்தேன். இதைக் கண்டு வியப்படைந்த நான் முன்னே சென்றபோதுதான் அவரது குரலைக் கண்டு விக்டர் பெருமாள்தான் அவர் என்பதை உணர்ந்தேன். கதாநாயகனின் இரட்டைச் சகோதரரைப் போன்று அவருக்கு மேக்கப் போடப்பட்டிருந்தது. துள்ளிக் குதித்து வரும் குதிரையிலிருந்து ட்ரெயினின் மேற்கூரையில் குதிக்க வேண்டியது அவர் வேலைதான். பிறகு ஆறு கோச்களை கடந்து சென்று இன்ஜின் பகுதிக்குச் சென்று வில்லனாக நடிக்கும் மிக்கியுடன் சண்டையிட்டு அவரைக் கொல்லவேண்டும். அதைத் தொடர்ந்துதான் இருபது ஆண்டுகளுக்கு முன்னால் அவரிடமிருந்து பிரிக்கப்பட்ட இரட்டை சகோதரனான கதாநாயகனுடன் உணர்ச்சிபூர்வமான மோதல்.

இவ்வளவு விரிவான ஏற்பாடுகளை எல்லாம் பார்த்ததும் லால்மோகன் பாபு அமைதியில் ஆழ்ந்தார். அவரது கதையைச்

சுற்றியே இந்த சம்பவங்கள் எல்லாம் நடக்கின்றன என்பதைக் கண்டு அவர் உண்மையில் மகிழ்ச்சி அடைந்திருக்க வேண்டும். தனது உணர்வுகளை அவர் என்னிடம் சொன்னார் : "தபேஷ்! நான் கொஞ்சம் வித்தியாசமாக உணர்கிறேன். சில நேரங்களில் இவ்வளவு வேலை, சிக்கலான ஏற்பாடுகள், இவ்வளவு செலவு ஆகியவற்றுக்கு காரணமான கதையை நான் எழுதினேன் என்பதை நினைக்கும்போது எனக்கு ஒரு விதமான அதிகார உணர்வு தோன்றுகிறது. அதே நேரத்தில் வேறுசில சமயங்களில் எண்ணற்ற பேருக்கு தலைவலியை ஏற்படுத்தியதற்கான பொறுப்பு எனக்கு உள்ளது என்றும் உணர்கிறேன். இங்கே எழுத்தாளர்களுக்கு அங்கீகாரம் இல்லை என்பதை நான் மறந்துவிட முடியாது. இந்த படப்பிடிப்பு குழுவில் எத்தனை பேருக்கு ஜடாயுவின் பெயர் தெரியும்? நீயே சொல் பார்க்கலாம்!"

நான் அவரை சமாதானப்படுத்த முயன்றேன். "இந்தப் படம் வெற்றி பெற்றால், எல்லோருமே உங்கள் பெயரை தெரிந்து கொள்வார்கள்!"

'அப்படித்தான் நானும் நம்புகிறேன்' என்று ஜடாயு பெருமூச்சு விட்டார்.

ஏற்கனவே மேக்கப் போட்டு முடித்திருந்த கொள்ளைக்காரர்கள் குதிரைகளின் மீது ஏறி அங்குமிங்குமாக சுற்றிக் கொண்டிருந்தார்கள். இந்த குதிரைகள் அனைத்துமே ஒரு பெரிய ஆலமரத்தின் கீழ்தான் நிறுத்தி வைக்கப்பட்டிருந்தன. மொத்தம் 9 குதிரைகள் இருந்தன.

ஒரு நிமிடத்திற்குப் பிறகு மிகப் பெரிய லிங்கன் கார் வந்து சேர்ந்தது. அதன் கருப்புக் கண்ணாடி ஜன்னல்கள் மேலேற்றப்பட்டிருந்தன. அதில்தான் கதாநாயகனும் வில்லனும் இருந்தார்கள். அன்றைக்கு கதாநாயகிக்கான தேவையில்லை. அவர் வரவிருந்த கைகளும் கால்களும் கட்டப்பட்ட நிலையில் உள்ள, காட்சிகள் பின்னர் ஸ்டுடியோவில் தனியாக எடுக்கப்படும் அதுவும் நல்லதற்குத்தான் என்று நான் நினைத்துக் கொண்டேன். இரண்டு ஆண் நடிகர்கள் வந்ததற்கே கூட்டத்தில் ஏகப்பட்ட ரகளை நடக்கிறது. அப்படியிருக்கும்போது கதாநாயகி இங்கே இருந்திருந்தால் நிலைமை மோசமாகத்தான் ஆகியிருக்கும்.

சுதர்ஷன் தாஸ் எங்களுக்கு டீ கொடுத்தார். காலி கப்களை திருப்பிக் கொடுக்க முயன்ற நேரத்தில்தான் ஒலிபெருக்கியில் ஒரு குரல் கேட்டது. "ட்ரெயின் வந்து கொண்டிருக்கிறது! ட்ரெயின் இங்கே வருகிறது! எல்லோரும் தயாராக இருங்கள்!"

பத்து

குப்! குப்! என புகையை கக்கியபடி பழங்காலத்து இன்ஜின் ஒன்று கண்ணுக்குத் தெரிந்தது. அதற்கு பின்னால் எட்டு பெட்டிகள். சரியாக ஒரு மணி அடிக்க ஐந்து நிமிடங்கள் இருக்கும்போது அது லெவல் கிராஸிங்கில் வந்து நின்றது.

தூரத்திலிருந்து பார்க்கும்போதே அந்த வண்டித் தொடரில் ஒரே ஒரு முதல் வகுப்பு பெட்டி இருந்ததை எங்களால் பார்க்க முடிந்தது. மற்ற பெட்டிகளில் ஏற்கனவே பயணிகள் இருந்தனர். மாதரென்னில் ட்ரெயின் புறப்படும்போதே அவர்கள் அங்கே அமர்த்தி வைக்கப்பட்டிருந்தார்கள். ஆண்களும் பெண்களும் குழந்தைகளும் என இந்த பயணிகள் இருந்தனர். அவர்களில் இளைஞர்களும் இருந்தனர். முதியவர்களும் இருந்தனர். ட்ரெயின் வந்து சேர்ந்தவுடனேயே கோஷால் மிகவும் பிஸியாகிவிட்டிருந்தார். ஒரு கேமராவிலிருந்து மற்றொரு கேமராவிற்கும், கதாநாயகனுக்கும் வில்லனுக்குமாக, இங்கேயிருந்த ஒரு உதவியாளனிடமிருந்து அங்கிருக்கும் மற்றொரு உதவியாளன் என அவர் பறந்து கொண்டிருந்ததை காணமுடிந்தது. தயாரிப்பாளரின் பணம் மட்டுமே ஒரு திரைப்படத்தை உருவாக்கி விடாது என்பதை லால்மோகன் பாபுவும்கூட ஒப்புக் கொள்ள வேண்டியதாயிற்று.

கதாநாயகன் அர்ஜுன் மெஹ்ரோத்ரா தயாராக இருந்தார். கறுப்புக் கண்ணாடி அணிந்தபடி அவரது காரின் ஸ்டீரிங். வீலைப் பிடித்தபடி அமர்ந்திருந்தார். அவருக்கு அருகே இரண்டு பேர் நின்றிருந்தனர். அவரது எடுபிடிகளாக இருக்கக் கூடும். திறந்த ஜீப் ஒன்றும் தயாராக இருந்தது. அதன் மேல் மூன்று கால்களின் மீது கேமரா ஒன்று வைக்கப்பட்டிருந்தது. விக்டரும் அவரது ஆட்களும் ஏற்கனவே தங்களது குதிரைகளுடன்

புறப்பட்டுச் சென்றிருந்தார்கள். ஓடும் ரயில் வண்டியிலிருந்து சிக்னல் கிடைத்ததும் அவர்கள் குறிப்பிட்ட மலைப்பகுதியிலிருந்து குதிரையில் வருவார்கள். பின்னர் அவர்கள் வண்டியோடு கூடவே குதிரை மீது வருவார்கள். என்ஜினை நோக்கி மிக்கி போவதை நான் பார்த்தேன். அவரோடு கூடவே கோஷாலின் உதவியாளர் ஒருவரும் சென்றார்.

என்ன செய்வதென்று எங்களுக்குத் தெரியவில்லை. கோரே இருப்பதற்கான அறிகுறியே தென்படவில்லை. அவர் இந்த வண்டியில்தான் இருக்கிறாரா? அதைச் சொல்வதற்கான வழியேதும் இல்லை.

இப்போது கூட்டம் கலைந்து போயிருந்தது. என்ன செய்வதென்று யாரும் எங்களுக்குச் சொல்லவில்லை. லால்மோகன் பாபுவிற்கு இருப்புக் கொள்ளவில்லை. "என்ன நடக்கிறது ஃபெலு பாபு? எல்லோரும் நம்மை சுத்தமாக மறந்துவிட்டார்களா? என்று கேட்டார் அவர்.

"நம்மை முதல் வகுப்பு பெட்டியில் ஏறும்படி கூறினார்கள். இங்கே ஒரே ஒரு பெட்டிதான் இருக்கிறது. எனவே அதில்தான் நாம் ஏற வேண்டும். எதற்கும் இன்னும் இரண்டு நிமிடம் பொறுக்கலாம்."

அவர் சொன்ன இரண்டு நிமிடங்கள் முடிவதற்கு முன்னதாகவே என்ஜினின் விசில் சத்தம் கேட்டது. சுதர்ஷன் தாஸ் எங்களை அழைக்கும் குரல் கேட்டது. "வாருங்கள் இந்தப் பக்கம்!"

எங்களது பைகளை இறுக்கிப் பிடித்தவாறே முதல் வகுப்பு பெட்டியை நோக்கி ஓடினோம். அந்தப் பெட்டியின் கதவருகே வந்தார் தாஸ். ஏற்பாடுகளைப் பற்றி எனக்குத் தெரியாது. கோரே இன்னும் அரை மணி நேரத்தில் இங்கு வந்துவிடுவார் என்று யாரோ என்னிடம் சொன்னார்கள். முதல் காட்சி எடுத்து முடிந்ததும் இந்த வண்டி மீண்டும் இங்கே திரும்பி வந்துவிடும்.

நாங்கள் பெட்டிக்குள் ஏறினோம். பெஞ்சின்மேல் வைக்கப்பட்டிருந்த பெரிய ஃபிளாஸ்க் ஒன்று எங்களை வரவேற்றது. அதனோடு கூடவே நான்கு வெள்ளை அட்டைப் பெட்டிகள் இருந்தன. எல்லா பெட்டியிலும் சபரி ரெஸ்ட்ராண்ட் என்ற பெயர் அச்சிட்டிருந்தது. வேறு வகையாக சொல்ல வேண்டுமென்றால் அதில்தான் எங்களது மதிய உணவு இருந்தது. மிகவும் பிசியாக இருந்தபோதிலும் அதற்கிடையேயும் கோரோயின்

பொறுப்பையும் கவனத்தையும் எண்ணி நான் ஆச்சரியமுற்றேன்.

இப்போது மீண்டுமொரு விசில் சத்தம் கேட்டது. இப்போது ட்ரெயின் ஒருவித குலுக்கலுடன் கிளம்பியது. வெளியே நடக்கவுள்ள செயல்களை காண நாங்கள் அனைவரும் எங்களை தயார்படுத்திக் கொண்டோம். இது முற்றிலும் புதியதொரு அனுபவமாக இருக்கப் போகிறது. எனவே நான் மிகுந்த உற்சாகத்தில் இருந்தோம்.

வண்டி இப்போது வேகம் பிடித்தது. இருப்புப் பாதைக்கு வலது புறத்தில் ஒரு சாலை சென்று கொண்டிருந்தது. இடது புறத்தில் சற்று நேரத்தில் எங்களால் மலைகளைக் காண முடியும். கொள்ளையர்கள் இடது புறத்திலும் கதாநாயகன் வலது புறத்திலிருந்தும் வருவார்கள்.

சற்று நேரத்திற்குப் பிறகு எங்கள் வண்டி வேகமாக சென்று கொண்டிருந்தபோதே, அதில் பொருத்தப்பட்டிருந்த கேமரா தெரியும்படி ஜீப் சாலையில் வந்து கொண்டிருந்தது. அதைத் தொடர்ந்து கதாநாயகனின் கார் வந்து கொண்டிருந்தது. இப்போது கதாநாயகன் மட்டுமே காரில் இருந்தார். அவரது எடுபிடிகளெல்லாம் போய்விட்டார்கள். ஜீப்பில் இருந்த கேமரா அவரை பார்த்துக் கொண்டிருந்தது. கேமராமேனைத் தவிர வேறு மூன்று பேரும் அந்த ஜீப்பில் இருந்தனர். அவர்களில் ஒருவர் கோஷாலின் உதவியாளர். ஒரு மைக் மூலமாக அவர் பேசிக் கொண்டிருந்தார். அவர் கதாநாயகனை “இடது பக்கம் பாருங்கள்! இப்போது வலது பக்கம் பாருங்கள்!'' என்று சொல்லிக் கொண்டிருந்தார்.

இரண்டாவது கேமராவை திரு.கோஷால் இயக்கிக் கொண்டிருந்தார். அந்தக் கேமரா ரயில் வண்டியில் ஒரு பெட்டியில் பொருத்தப்பட்டிருந்தது. மூன்றாவது கேமரா வண்டியின் பின்பக்கத்தில் கடைசிப் பெட்டியின் கூரையின் மேல் வைக்கப்பட்டிருந்தது.

கதாநாயகன் அவ்வளவு வேகமாக வண்டியை ஓட்டவில்லை. அது எனக்கு ஏமாற்றத்தை அளித்தது. ஆனால் பெலுடா எனக்கு சொல்லித் தந்தார். திரைப்படத்தில் அது வேகமாகப் போவது போலவே தோன்றும். ஏனென்றால் குறிப்பிட்ட இந்த காட்சியை படம்பிடிக்கும்போது கேமராவின் வேகம் குறைக்கப்பட்டிருக்கும்.

அவர் மேலும் சொன்னார். "அதுபோக அந்த காரும் கூட நீ நினைப்பது போல மெதுவாகப் போகவில்லை. ஏனென்றால் நமது வண்டிக்கு ஈடாக அது செல்ல வேண்டும். நமது வண்டி வேகமாகத் தானே போகிறது?"

உண்மைதான். அதைப் பற்றி நான் யோசிக்கவில்லை.

ஒருசில நிமிடங்களில் கதாநாயகனின் காரும் கேமரா இருந்த ஜீப்பும் எங்களது பெட்டியை தாண்டியவாறு சாலையில் சென்று கொண்டிருந்தது. இது பழைய மாதிரியான ரயில் பெட்டி என்பதால் ஜன்னலின் குறுக்கே கம்பிகள் ஏதுமில்லை. மீதமுள்ள காட்சி எப்படி படமாக்கப்படுகிறது என்பதற்காக ஜன்னலிலிருந்து வெளியே எட்டிப் பார்க்க நான் விரும்பினேன். ஆனால் ஃபெலுடா என்னை தடுத்து நிறுத்தி விட்டார். ஜெட்பகதூர் படத்தை தியேட்டரில் பார்க்கும்போது நீ ஜன்னலில் இருந்து வெளியே எட்டிப் பார்க்கும் காட்சியும் இருந்தால் உனக்கு எப்படி இருக்கும்?

எனது தலையை வெளியே நீட்டி வேண்டும் என்ற உந்துதலை அடக்கிக் கொள்ள வேண்டியிருந்தது. எதிர்ப்பக்கத்தில் ஜன்னல் ஓரமாக உட்கார்ந்து கொள்ளலாம் என்று நான் இருக்கையை விட்டு எழுந்தேன். நான் எழுந்ததுமே குல்பஹார் செண்ட் மணம் என் மூக்கைத் துளைத்தது.

ஃபெலுடா எனக்கு பக்கத்தில் இல்லை என்பதை அப்போதுதான் நான் உணர்ந்தேன். அவர் எழுந்து பெட்டியின் எதிர் பக்கமாக கடைசி பகுதிக்கு சென்றிருந்தார். பாத்ரூமுக்குச் செல்லும் கதவின்மீதே அவரது பார்வை பதிந்திருந்தது. அவரது கை சட்டைப் பை மீது இருந்தது.

"இதனால் பயன் ஏதுமில்லை மிஸ்டர்மித்தர் உங்கள் துப்பாக்கியை வெளியே எடுக்க வேண்டாம். ஏற்கனவே ஒரு துப்பாக்கி உங்களை குறி பார்த்துக் கொண்டிருக்கிறது" என்று ஒரு குரல் கேட்டது.

எங்களுக்கு இடதுபுறத்தில் இருந்த கதவு திறந்து கொண்டது. ஒரு ஆள் உள்ளே நுழைந்து வெளியேறும் வழியை தடுத்து நின்று கொண்டான். அவனது கையில் துப்பாக்கியும் இருந்தது. அவனை இதற்கு முன் எங்கே பார்த்திருக்கிறேன்? ஆமாம். அந்த சிவப்பு சட்டைக்காரன்தான் இவன். ஆனால் இன்று வேறுவிதமாக உடையணிந்திருந்தான். அவனை விமான நிலையத்தில் பார்த்தபோது அவனிடம் தெரிந்த முகபாவத்திற்கு முற்றிலும்

மாறாக இப்போது கொடூரமான தோரணை வெளிப்பட்டது. அவனை இப்போது பார்க்கும்போது, இந்த மனிதன் ஒரு கொலைகாரன் என்பதில் எனக்கு எந்தவித சந்தேகமும் எழவில்லை. அவன் கொஞ்சம்கூட தயங்காமல் கொல்ல துணிபவன் என்பது நன்றாகவே தெரிந்தது. அவன் கையிலிருந்த துப்பாக்கி ஃபெலுடாவை குறி பார்த்துக் கொண்டிருந்தது.

பாத்ரூமிற்குச் செல்லும் கதவு இப்போது முழுமையாகத் திறந்தது. பெட்டி முழுவதும் குல் பஹார் சென்ட் மணம் கமழத் துவங்கியது.

"சன்... சன்..." என்று திக்கினார் லால்மோகன் பாபு. பின்பு அந்தக் குரலும் மங்கிப் போனது. பயத்தில் அவரது உடம்பே சிறிதாக சுருங்கிப் போனது போல் தோன்றியது.

"ஆமாம். நான்தான் சன்யால். எனது உண்மையான வேலை உங்களுடன்தான் மிஸ்டர் கங்குலி. அந்த பாக்கெட் இப்போது உங்களிடம்தானே இருக்கிறது. பையைத் திறந்து அதை என்னிடம் கொடுங்கள். அப்படி கொடுக்க மறுத்தால் என்ன நடக்கும் என்று நான் உங்களுக்குச் சொல்ல வேண்டியதில்லை."

"பா... பா... பாக்கெட்...?"

"நான் எந்த பாக்கெட்டை சொல்கிறேன் என்று உங்களுக்கு நன்றாகவே தெரிந்திருக்கும் இல்லையா? உங்களது சொந்த புத்தகத்தின் ஒரு பிரதியை கொடுப்பதற்காக ஒன்றும் நான் அன்று கல்கத்தா விமான நிலையத்திற்கு உங்களை சந்திக்க வரவில்லை. அப்படித்தானே? உண்மையான பாக்கெட்டை என்னிடம் கொடுங்கள்."

"நீங்கள் தப்பாக நினைத்துக் கொண்டிருக்கிறீர்கள்? அந்த பாக்கெட் திரு. கங்குலியிடம் அல்ல, என்னிடம்தான் இருக்கிறது"

ரயிலின் வேகத்தால் ஏகப்பட்ட சத்தம் எழுந்ததால் பேசிய எல்லோருமே உரக்கத்தான் பேசவேண்டியிருந்தது. ஆனால் ஃபெலுடா மெதுவாகவும், தெளிவாகவும் பேசினார். அப்படியிருந்த போதிலும் அவரது வார்த்தைகள் சன்யாலின் காதுகளில் விழுந்தன. அவரது கண்ணாடிக்குப் பின்னே இருந்த கண்கள் இதைக் கேட்டதும் ஒளிவீசின.

''புனித வாழ்க்கை நூலின் பல பக்கங்களை நீங்கள் வீணடித்திருக்கிறீர்கள். அதனால் உங்களுக்கு சிறப்பாக பலன் ஏதும் கிடைத்ததா, என்ன?'' ஃபெலுடா இன்னமும்

அமைதியாகத்தான் பேசிக் கொண்டிருந்தார். அவர் வார்த்தைகளை அளந்துதான் பேசினார்.

சன்யால் அந்த அடியாளை ஓரக் கண்ணால் பார்த்து கடுமையான குரலில் சொன்னார். “இந்த ஆள் ஏதாவது தகராறு செய்தால் உடனடியாக தீர்த்துக் கட்டு. மிஸ்டர்மித்தர், உங்கள் கைகளை மேலே தூக்குங்கள்!”

“ரொம்பவும் ரிஸ்க் எடுப்பதாக உங்களுக்குத் தோன்றவில்லை?” ஃபெலுடா கேட்டார். “விரும்பியது உங்களுக்குக் கிடைத்தாலும் கூட நீங்கள் எங்களை விட்டுவிடப் போவதில்லை. எப்படியிருந்தாலும் எங்களை தீர்த்துக் கட்டத்தான் போகிறீர்கள். ஆனால் இந்த வண்டி நின்ற பிறகு உங்களுக்கு என்ன நடக்கப் போகிறது? அதைப் பற்றி நீங்கள் கொஞ்சமாவது யோசித்தீர்களா?”

சன்யாலின் முகத்தில் வஞ்சப் புன்னகை வெளிப்பட்டது. “அது மிகவும் சுலபம். நான் இங்கே இருக்கிறேன் என்று யாருக்கும் தெரியாது. இந்த வண்டியில் நிறைய பயணிகள் இருக்கிறார்கள். அவர்களிடையே நான் மிகச் சாதாரணமாக மறைந்து போய்விட முடியாது என்று நினைக்கிறீர்களா? உங்களது சடலங்கள்தான் இங்கே கிடக்கும். நான் வேறொரு பெட்டிக்குச் சென்று விடுவேன். அது மிக மிக எளிது!”

இதற்கு முன்னால் ஃபெலுடாவும் நானும் பலவகையான சிக்கலான தருணங்களை சந்தித்திருக்கிறோம். அவை எளிதாக நம்பிக்கையை இழந்து விடக்கூடாது என்று எனக்கு கற்றுத் தந்துள்ளன. ஆனால் இந்த தருணத்தில் அமைதியாக இருக்க நான் எவ்வளவு தீவிரமாக முயற்சித்தபோதிலும் ஒரு விஷயம் எனக்குள் நடுக்கத்தை ஏற்படுத்தியது. அதுதான் நிம்மோவின் உருவம். இதுபோன்ற ஆட்களைப் பற்றி நான் கதைகளில்தான் படித்திருக்கிறேன். அவனது கண்களில் தெரிந்தது முழுமையான தொரு வெறித்தனம்தான். அவன் கதவை சாய்த்துவிட்டு அதன்மீது சாய்ந்து கொண்டிருந்தான். அவன் அணிந்திருந்த உயர்தர கைவேலைப்பாடு மிக்க பருத்தி சட்டை காற்றில் படபடத்துக் கொண்டிருந்தது. வண்டியின் ஆட்டத்தில் அவனது வலது கை லேசாக அசைந்து கொண்டிருந்தது. எனினும் அந்த துப்பாக்கி ஃபெலுடாவை நேராக குறிபார்த்துக் கொண்டிருந்தது.

சன்யால் மெதுவாக முன்னேறி வந்தார். அந்த சென்ட் மணத்தால் என் நாசியே எரிந்தது. அவரது பார்வை பெலுடாவின்

பையில் நிலைத்திருந்தது. அது ஒரு ஏர் இந்தியா பை. சன்யாலுக்கு முன்பாக இருந்த பெஞ்சில் வைக்கப்பட்டிருந்தது. லால்மோகன் பாபு எனக்குப் பின்னால் நின்றிருந்தார். எனவே அவரது முகத்தை என்னால் பார்க்க முடியவில்லை. ஆனாலும் வண்டி எழுப்பிக் கொண்டிருந்த பலத்த சத்தத்தையும் மீறிய வகையில் ஆழமாக மூச்சுவிட்டுக் கொண்டிருந்தார் அவர். ஏதோ ஒரு ஆஸ்த்மா நோயாளியின் மூச்சிரைப்பைப் போல அந்த சத்தம் கேட்டது.

ட்ரெயின் அதன் வழியில் வேகமாகப் போய்க் கொண்டிருந்தது. அப்படியென்றால் திட்டமிட்டபடி படப்பிடிப்பு நடந்து கொண்டிருக்கிறது என்றுதான் பொருள். தான் எவ்வாறு நிலைமையை மோசமாக்கியிருக்கிறோம் என்று கோரேவிற்கு தெரியுமா?

சன்யால் உட்கார்ந்து அந்த பையை இழுத்து அதன் பூட்டுப் பகுதியை அழுத்தினார். ஆனால் பை திறக்கவில்லை. பை பூட்டியிருந்தது.

“சாவி எங்கே? எங்கேயிருக்கிறது சாவி?” சன்யாலின் முகம் முழுவதும் தங்குதடையற்ற கோபத்தால் அஷ்ட கோணலாக ஆகியிருந்தது. “அதை எங்கே வைத்திருக்கிறாய்?”

“எனது பாக்கெட்டில்!” ஃபெலுடா மிகவும் அமைதியாக பதிலளித்தார்.

“எந்த பாக்கெட்டில்?”

“வலது பாக்கெட்டில்!”

அங்கேதான் ஃபெலுடா தனது துப்பாக்கியை வைத்திருப்பார் என்று எனக்குத் தெரியும்.

சன்யால் எழுந்தார். இன்னமும் அவர் கோபத்துடன்தான் தோன்றினார். ஒரு சில நொடிகள் என்ன செய்வது என்று தவித்துவிட்டு, அவர் திடீரென்று என் பக்கம் திரும்பினார். “இங்கே வா!” அவர் உரக்கக் கத்தினார்.

ஃபெலுடா என்னைப் பார்த்தார். சொன்னதை செய்வதையே அவர் விரும்புகிறார் என்று என்னால் கூறி விடமுடியும்.

நான் ஃபெலுடாவை நோக்கி முன்னேறியபோது வேறு ஒரு வித்தியாசமான சத்தம் என் காதுகளில் விழுந்தது. அது ட்ரெயின் எழுப்பிய சத்தமல்ல. குதிரைகளின் குளம்படிச் சத்தம். நான் உணர்வதற்கு முன்பாகவே, வண்டி மலைப்பகுதியை

அடைந்திருக்கிறது. வண்டியின் இடது பக்கம் இப்போது மலைப் பகுதியாக இருந்தது, பெலுடாவின் பாக்கெட்டில் நான் கைவிடுவதற்கு முன்பாகவே மலையிலிருந்து கொள்ளைக்காரர்கள் குதிரைகளின் வேகமாக இறங்கி வந்து கொண்டிருந்தார்கள். அவர்கள் வந்த வழி எங்கும் தூசிப்படலம் எழுந்தது.

எனது விரல்களுக்கு முதலில் தட்டுப் பட்டது துப்பாக்கிதான். பின்பு சாவி தட்டுப்பட்டது.

அவரிடம் கொடுத்து விடு என்றார் ஃபெலுடா.

நான் சாவியை சன்யாலிடம் கொடுத்தேன். ஃபெலுடாவின் கைகள் இன்னமும் உயர்ந்தபடியேதான் இருந்தது.

சன்யால் பையைத் திறந்தார். எல்லாவற்றிற்கும் மேலாகவே அந்த புனித வாழ்க்கை புத்தகம் தென்பட்டது. சன்யால் அதை வெளியே எடுத்தார்.

ஜன்னலுக்கு வெகு அருகே குதிரைகளின் குளம்படி சத்தம் கேட்டது. ஒன்றல்ல பல குதிரைகள் மலையிலிருந்து இறங்கி இப்போது ரயிலுக்கு பக்கமாக ஓடி வந்து கொண்டிருந்தன. ட்ரெயினின் வேகத்திற்கு ஈடு கொடுப்பதாக அவற்றின் வேகம் இருந்தது.

வேகவேகமாக பக்கங்களை புரட்டினர் சன்யால் பல பக்கங்கள் ஒன்றாக ஒட்டிக்கொண்டிருந்த இடம் வந்ததும் புரட்டுவதை நிறுத்தினார். அதன் பிறகு அவர் செய்ததுதான் மிகவும் விசித்தரமாக இருந்தது. பக்கங்களை திருப்புவதற்கு பதிலாக அதை சுரண்டத் துவங்கினார். முதலில் அந்த பக்கங்களில் ஒன்று கிழிபட்டு சதுர வடிவில் ஒரு வெற்றிடத்தைக் காட்டியது. அவ்வாறு வெற்றிடத்தை உருவாக்குவதற்காக பக்கங்களுக்கு நடுவே வெட்டப்பட்டிருந்தது.

சன்யால் அந்த ஓட்டைக்குள்ளே உற்றுப் பார்த்தார். உடனேயே அவரது முகபாவம் மாறியது. காணக் கிடைக்காத காட்சி அது. அவர் எதை எதிர்பார்த்தார் என்று கடவுளுக்குத்தான் தெரியும். ஆனால் அந்த வெற்றிடத்திலோ சுமார் எட்டு சிகரெட் துண்டுகள், எரிந்து போன தீக்குச்சிகள் கணிசமான அளவில் சிகரெட் சாம்பல் ஆகியவைதான் இருந்தன.

“நீங்கள் தவறாக எடுத்துக் கொள்ள மாட்டீர்கள் என்று நம்புகிறேன். அதை ஆஷ்ட்ரேயாக பயன்படுத்திக் கொள்ளும் ஆவலை என்னால் கட்டுப்படுத்திக் கொள்ளமுடியவில்லை” என்றார் ஃபெலுடா.

சன்யால் இப்போது போட்ட கூச்சல் அந்த ட்ரெயின் முழுவதற்கும் கேட்டிருக்கும்.

“இப்படியெல்லாம் செய்து விட்டு தப்பித்துவிட முடியும் என்று நினைக்கிறீர்களா? உண்மையான பொருள் எங்கே?”

“என்ன பொருள்?”

“திருட்டுப்பயலே! நான் என்ன சொல்கிறேன் என்று உனக்குப் புரியவில்லையா?”

“புரிகிறதுதான்! இருந்தாலும் உங்கள் வாயினாலேயே அது வெளிவர வேண்டும் என்றுதான் விரும்புகிறேன்.”

“அது எங்கே இருக்கிறது?”

“எனது பாக்கெட்டில்!”

“எந்த பாக்கெட்டில்?”

“இடது பாக்கெட்டில்!”

கொள்ளைக்காரர்கள் இப்போது எங்களது ஜன்னலுக்கு வெளியேதான் இருந்தார்கள். அந்த மலை இன்னும் அருகில் தெரிந்தது. ஜன்னல் வழியாக நிறையவேதூசி பறந்தது.

"ஏய்....!"

எனக்கு மீண்டும் உத்தரவு வரும் என்று தெரியும்.

"அங்கேயே ஜடம் மாதிரி நின்று கொண்டிருக்காதே! அவரது பாக்கெட்டிலிருந்து அதை எடுத்துவா!"

இந்த முறை ஃபெலுடாவின் இடது பாக்கெட்டில் கைவிடவேண்டியிருந்தது. அங்கே நான் கண்டெடுத்த பொருள் எனது கையால் நான் இதுவரை தொட்டிருக்காத வகையிலான ஒரு பொருளாகும். முத்துக்களால் கோர்த்து, வைரங்கள் பதிக்கப்பட்ட ஒரு நெக்லஸ்தான் அது. இது போன்ற பேரழகுமிக்க நகையை அரசர்களும் பேரரசர்களும் மட்டுமே தொடத் தகுதியானவர்கள் என்றுதான் நான் எண்ணினேன்.

இந்தமுறை சன்யாலின் கண்களில் தென்பட்ட ஒளி கோபமல்ல. கட்டுக்கடங்காத பேராசையும் மகிழ்ச்சியும்தான் அவரது கண்களில் வெளிப்பட்டது.

"அதை என்னிடம் கொடு!"

நான் எனது கையை நீட்டினேன். ஃபெலுடாவின் கைகள் உயர்ந்திருந்தன. லால் மோகன் பாபு முனகிக் கொண்டிருந்தார் கொள்ளைக்காரர்கள்...

தடால்!

ஏதோ பளுவான ஒன்று பெட்டியின் மீது மோதி அதை அசைத்த மாதிரி தெரிந்தது. அடுத்த கணத்தில் நிம்மோ தரையில் உருண்டு கொண்டிருந்தான். ஒரு ஜோடி கால்கள் ஜன்னல் வழியாக உள்ளே நுழைந்து அவனை பலமாக எட்டி உதைத்தன. அவன் கையிலிருந்த துப்பாக்கி வெடித்ததில் பெட்டியின் மேல் புறத்தில் இருந்த விளக்கு வெடித்துச் சிதறியது. மின்னல் வேகத்தில் ஃபெலுடாவின் கைகள் கீழே இறங்கி அவரது துப்பாக்கியை வெளியே எடுத்தன.

பின்னர் இடது புறத்திலிருந்த கதவு மீண்டும் திறந்தது. கொள்ளையனைப் போல உடையணிந்திருந்த ஒருவர் எங்களது பெட்டிக்குள் குதித்தார். எங்கள் மூவருக்குமே அவரை நன்றாகத் தெரியும்.

"ரொம்ப நன்றி விக்டர்" என்றார் ஃபெலுடா.

பதினொன்று

சன்யால் ஒரு பெஞ்சின் மீது தலைகுப்புற கிடத்தப்பட்டிருந்தார். மீண்டும் ஒரு முறை அவர் உடல் நடுங்கியது ஆனால் இந்த முறை நடுங்கியது கோபத்தால் அல்ல அதிகமான பயத்தால். தப்பிக்க இனி வழியேதுமில்லை என்று அவருக்கு நன்றாகவே தெரிந்திருந்தது.

இதற்கிடையே வண்டியில் ஏதோ அசம்பாவிதம் நடந்திருக்கிறது என்று புரிந்து கொண்ட யாரோ ட்ரெயினின் சங்கிலியைப் பிடித்து இழுத்திருக்கிறார்கள் வண்டி எதிர்பாராத விதமாக திடீரென்று நின்றதிலிருந்து இது புரிய வந்தது. யாராவது சங்கிலியை யாரும் இழுக்காமல் வண்டி நின்றிருக்க வாய்ப்பில்லை.

ஒரு சில நொடிகளிலேயே கூச்சலும் குழப்பமும் எழுந்ததை எங்களால் கேட்க முடிந்தது. பல்வேறு குரல்களும் ஒரே பெயரைத்தான் உரக்க எழுப்பிக் கொண்டிருந்தன. “விக்டர்! விக்டர்! எங்கே போனாய் விக்டர்?”

கோஷாலின் குரலையும் என்னால் கேட்க முடிந்தது. விக்டர் பெருமாள் எல்லாவற்றையும் குழப்பிவிட்டார் என்று தான் சொல்ல வேண்டும். ட்ரெயினின் மேற்கூரை மீதுதான் அவர் குதித்திருக்க வேண்டும். அதற்கு பதிலாக அவர் எங்கள் பெட்டிக்குள் குதித்துவிட்டார்.

ஃபெலுடா கதவுப் புறமாக வெளியே எட்டிப்பார்த்து குரல் கொடுத்தார். “மிஸ்டர் கோஷால் இங்கே பாருங்கள்!”

கோஷால் எங்கள் பெட்டிக்கு வந்தார் மிகுந்த மன உளைச்சலில் திளைத்தவராக அவர் தோற்றமளித்தார். அது வியப்பளிக்கக்கூடிய விஷயமல்ல. இது போன்ற சிக்கலான காட்சிகளை படமாக்கும் போது தடங்கல் ஏதும் ஏற்பட்டால்

பெரும் நஷ்டம் ஏற்படும். சில சமயங்களில் அது 30 ஆயிரத்திற்கும் மேலாகக் கூட இருக்கக்கூடும்.

“உனக்கு என்ன ஆயிற்று விக்டர்? பைத்தியம் ஏதாவது பிடித்துவிட்டதா என்ன?”

ஃபெலுடா சொன்னார். “மிஸ்டர் கோஷால் உங்கள் திரைப்படத்தில் யாரையாவது ஜெட் பகதூர் என்று அழைக்கப் பொருத்தமானவர் என்றால் அது விக்டர் பெருமாளாகத்தான் இருக்கும்!”

“இதற்கு என்ன பொருள்?” என்று கேட்டார் கோஷால். இப்போது அவர் கொஞ்சம் குழப்பத்தில் இருந்தார். குழப்பத்தை விட எரிச்சல்தான் அவரிடம் அதிகமாக தென்பட்டது.

ஃபெலுடா மேலும் சொன்னார். “அதுபோக கடத்தல்காரன் வேஷத்தை இங்கேயிருப்பவருக்குத்தான் கொடுத்திருக்க வேண்டும். நீங்கள் கொடுத்திருக்கும் பரமேஷ் கபுர் என்ற நடிகருக்கு அல்ல”

என்ன பிதற்றுகிறீர்கள் மிஸ்டர் மித்தர்? இந்த ஆள் யார்? என்று கோஷால் சன்யாலை ஏறிட்டுபபார்த்தார்.

இதற்குள் வலப்பக்கமிருந்த சாலையில் இரண்டு வண்டிகள் வந்து நின்றன. ஒன்று போலீஸ் ஜீப். மற்றொன்று போலீஸ் வேன். போலீஸ் ஜீப் எங்களது பெட்டிக்கு பக்கத்தில் வந்து நின்றது. இன்ஸ்பெக்டர் பட்வர்த்தன் ஜீப்பிலிருந்து வெளியே இறங்கினார்.

கோஷாலின் கேள்விக்கு பதிலளிக்கும் விதமாக ஃபெலுடா சன்யாலை நோக்கி நடந்து சென்று அவரது தாடியையும் மீசையையும் இழுத்தார். அதன் பிறகு அவரது போலி தலைமுடியையும் கண்ணாடியையும் பிடுங்கினார்.

“மிஸ்டர் கோரே அந்த சென்ட் வாசனையை மட்டும் உங்கள் உடலிலிருந்து அகற்ற என்னால் முடிந்திருந்தால் நான் மிகுந்த மகிழ்ச்சி அடைந்திருப்பேன். ஆனால் ஃபெலு மித்தரால் கூட அதை செய்ய முடியாது.”

“தயாரிப்பாளர் கைது செய்யப்பட்டு விட்டால் அந்த திரைப்படம் முடியாமல் நின்று விடும் என்ற உங்களுக்கு யார் சொன்னது லாலுடா?”

இந்தக் கேள்வி கோஷாலிடமிருந்து வந்தது. உண்மையைச் சொல்ல வேண்டுமென்றால் லால்மோகன் பாபு எதுவுமே

பேசவில்லை. அவர் வெறுமனே அங்கே அமர்ந்திருந்தார். பலத்த யோசனையுடன் கவலையுடனும் இருந்தது போல் தோன்றியது. ஜெட் பகதூர் திரைப்படத்தின் எதிர்காலம் குறித்தே அவர் கவலைப்படுகிறார் என்பதை யாராலும் யூகித்துவிட முடியும்.

கோஷால் தனது பேச்சைத் தொடர்ந்தார். "யாரும் நமது படத்தை நிறுத்திவிட முடியாது. கோரே சிறைக்கு அல்லது நரகத்திற்கோ கூட சென்றிருக்கலாம். அவர் எங்கு வேண்டுமானாலும் போகட்டும். அவர் மட்டும்தானா பம்பாயில் படத் தயாரிப்பாளர்? சுனி பஞ்சோலி கூடத்தான் இருக்கிறார். ஒரு வருடமாக தனக்கு படம் செய்து தரும்படி என்னை தொந்தரவு செய்து வருகிறார். மீண்டும் எல்லாம் பழையபடி நடக்க ஏற்பாடு செய்து விடுவேன். எனது வார்த்தைகளை நன்றாக குறித்து வைத்துக கொள்ளுங்கள் நீங்கள் பம்பாயை விட்டுப் போவதற்கு முன்பாகவே புதிய கம்பெனியின் பெயரில் இந்தப்படத்தின் படப்பிடிப்பு மீண்டும் நான் நடத்துவதை நீங்கள் பார்க்கத்தான் போகிறீர்கள்!"

அன்றைக்கு சுமார் ஒன்றரை மணிக்கு படப்பிடிப்பு முற்றிலுமாக நின்றுபோனது கோரேவும் நிம்மோவும் கைது செய்யப்பட்டு விலங்கிட்டு இழுத்துச் செல்லப்பட்டார்கள். நானா சாஹேபின் நௌலகா நெக்லஸ் போலீஸின் பாதுகாப்பிற்கு கொண்டு செல்லப்பட்டது.

முதல் நாள் படப்பிடிப்பில் ஏதாவது பிரச்சனை இருக்கலாம் என்று ஃபெலுடா ஏற்கனவே எதிர்பார்த்திருந்தார். காலையில் சிகரெட் வாங்குவதற்குச் செல்வதாக அவர் கூறினாலும் உண்மையில் பட்வர்த்தனிடம் பேசுவதற்குத்தான் அவர் வெளியே சென்றிருந்தார். கோரே கல்கத்தாவில் 12 வருடங்கள் வசித்ததாக தெரிந்தது. டான் பாஸ்கோவில் மட்டுமல்ல செயின்ட் சேவியரிலும் கூட அவர் படித்திருக்கிறார். எனவே அவரால் நன்றாகவே வங்காளி மொழியில் பேச முடியும். என்றாலும் பம்பாயில் ஆங்கிலம் தவிர, இந்தி, மராத்தி மொழியில் மட்டுமே அவர் பேசி வந்திருக்கிறார்.

கண்டாலாவில் இருந்த பயணியர் விடுதியில் இருக்கும் வராந்தாவில் நாங்கள் அமர்ந்திருந்தோம். சூழ்நிலை கொஞ்சம் கனத்துதான் இருந்தது. வித்தியாசமான காற்றை வாங்குவதற்காக பம்பாயிலிருந்து பலரும் கண்டாலாவிற்கு வருவதுண்டு என்றும் நான் கேள்விப்பட்டேன் சஃபாரி உணவகம் அனுப்பி வைத்திருந்த உணவை - அதில் சுக்கா ரொட்டி மட்டன் பாயா இருந்தது -

நாங்கள் ஏற்கனவே காலி செய்திருந்தோம். இப்போது மணி நாலரை. எனவே டீயும் பக்கோடாவையும் ருசித்துக் கொண்டிருந்தோம்.

சற்று நேரம் எங்களுடன் அமர்ந்து விட்டு கோஷால் அர்ஜுன் மெஹ்ரோத்ரா அமர்ந்திருந்த டேபிளில் போய் அமர்ந்து கொண்டார். கொஞ்சம் நம்பிக்கையிழந்தவரைப் போலத்தான் மெஹ்ரோத்ரா தோற்றமளித்தார். ஒருவேளை அன்றைக்கு உண்மையான கதாநாயகனாக வெளிப்பட்டது பிரதோஷ் மித்தர்தான் என்பதில் எந்தவித சந்தேகமும் இல்லை. படப்பிடிப்புக் குழுவிலிருந்து ஏராளமானோர், அதில் வில்லன் மிக்கியும் அடக்கம், பெலுடாவிடம் வந்து கையெழுத்து பெற்றுச் சென்றார்கள்.

இதில் இரண்டாவது கதாநாயகனும் இருந்தார். சந்தேகத்திற்கிடமின்றி, அவர் விக்டர் பெருமாள்தான். படப்பிடிப்பு துவங்குவதற்கு முன்னால் பெலுடா அவரிடம் பேசியிருக்கிறார் என்று தெரிய வந்தது. மலையிலிருந்து இறங்கி ட்ரெயினை நோக்கி வேகமாக நெருங்கும்போது முதல் வகுப்பு பெட்டியின் மீது ஒரு கண் வைத்துக் கொள்ளுங்கள். சந்தேகத்திற்கிடமாக எதுவும் தெரிந்தால் கதவு வழியாக உள்ளே வாருங்கள் என்றுதான் அவர் விக்டரிடம் கூறியிருந்திருக்கிறார். கையை உயர்த்தியபடி ஃபெலுடா நின்று கொண்டிருப்பதை விக்டர் பார்த்திருக்கிறார். தன் உதவி தேவைப்படுகிறது என்பதை உடனே உணர்ந்து கொண்ட அவர் நேரடி நடவடிக்கையில் இறங்கியிருக்கிறார்.

அதுபோன்ற வீரதீரச் செயலுக்குப் பிறகும்கூட விக்டர் எந்தவித பந்தாவும் இல்லாமல் இருந்தார் என்பதுதான் விசித்திரமாகத் தோன்றியது. அவரது ஆட்களுடன் சென்று பங்களாவிற்கு எதிரே இருந்த வெட்டவெளியில் எதுவுமே நடக்காதது போன்ற தோரணையுடன் குங்ஃபூ பயிற்சியை அவர் தொடர்ந்து கொண்டிருந்தார்.

“இதோ பாருங்கள் விஷயம் என்னவென்றால்...” லால் மோகன் பாபு ஒருவழியாக பேசுவதற்கு வாயைத் திறந்தார். ஆனால் ஃபெலுடா அவரை பேசவிடாமல் தடுத்தார். “உங்களுக்கு எதுவுமே புரியவில்லை என்றுதானே சொல்ல வருகிறீர்கள்?”

லால்மோகன் பாபு சற்றே வெட்கத்துடன் புன்னகைத்து விட்டு தலையை ஆட்டினார்.

“எல்லாவற்றைப் பற்றியும் விளக்குவது ஒன்றும் கடினமான காரியமல்ல. ஆனால் அதைச் செய்வதற்கு முன்னால் கோரேயைப் பற்றியும் அவர் எப்படி செயல்பட்டார் என்பதைப் பற்றியும் உங்களிடம் சொல்லி விட வேண்டும்.”

‘‘முதலில் நீங்கள் நினைவில் கொள்ள வேண்டியது உண்மையிலேயே அவர் ஒரு கடத்தல்காரர்தான். மதிப்பிற்குரிய திரைப்படத் தயாரிப்பாளர் என தன்னைக் காட்டிக் கொள்ள அவர் முயற்சித்திருக்கிறார். உங்கள் கதையை வைத்து படம்தயாரிக்க அவர் முடிவு செய்தார். அந்தக் கதையில் சிவாஜி கோட்டையில் ஒரு கடத்தல்காரன் வசிப்பதாக நீங்கள் எழுதியிருந்தீர்கள். அது அவருக்கு கொஞ்சம் கவலையை ஏற்படுத்தியது இயற்கைதான். சிவாஜி கோட்டையில் உண்மையிலேயே வசிக்கும் நபர்களைப் பற்றி உங்களுக்கு எவ்வளவு தெரியும் என்று கோரே தெரிந்து கொள்ள விரும்பினார். எனவேதான் சன்யால் என்ற வேஷத்தில் அவர் உங்கள் வீட்டிற்கு வந்தார் என்றாலும் உங்களிடம் பேசியபிறகு நீங்கள் ஒரு அப்பாவி. யாருக்கும் தீங்கு செய்ய நினைக்காதவர் என்பதும் அவருக்குப் புரிந்திருக்கிறது. உங்கள் கதை முழுவதுமே கற்பனையானது என்பதையும் அவர் உணர்ந்திருக்கிறார். சிவாஜி கோட்டை என்ற பெயர் வைத்ததே தற்செயலான ஒன்றுதான்.”

“கோரேவிற்கும் நம்பிக்கை ஏற்பட்டது. இருந்தாலும் திருடப்பட்ட நெக்லஸை பம்பாய்க்கு கொண்டு செல்வதற்கு உங்களை பயன்படுத்திக் கொள்ளலாம் என்ற கருத்து அவருக்கு உதித்திருக்கிறது. எனவேதான் அதை ஒரு புத்தகத்தில் மறைத்து வைத்து அவரது குழுவைச் சேர்ந்த ஒருவரிடம் சேர்ப்பிக்கச் சொல்லி உங்களை கேட்டிருக்கிறார் அது சிவாஜி கோட்டையில் 17 வது மாடியில் வசிக்கும் நபராகத்தான் இருக்க வேண்டும். ஒரு வேளை நீங்கள் பிடிபட்டால் நீங்கள் சன்யாலின் மீதுதான் பழிபோடுவீர்கள் கோரேவின் மீதல்ல. அது சரிதானே! எனவேதான் சன்யால் என்ற பாத்திரத்தின் பின்னே கோரே மறைந்து கொண்டார்.”

“என்றாலும் விஷயம் தவறாக நடந்து முடிந்துவிட்டது கோரேயின் ஆளிடம் நீங்கள் கொடுத்தது ரூபாய் 50 லட்சம் மதிப்புள்ள நெக்லஸ் அல்ல; மாறாக ரூபாய் ஐந்து மட்டுமே மதிப்புள்ள உங்களது புத்தகங்களில் ஒன்றுதான். அந்த சிவப்பு சட்டைக்காரன் நீங்கள் விரும்பினால் நிம்மோ என்று கூட வைத்துக் கொள்ளுங்கள். 17வது மாடியிலிருந்த நபரிடம் அந்த

பாக்கெட்டை எடுத்துச் சென்றிருக்கிறான். லிப்டில் எதிர் கோஷ்டியைச் சேர்ந்த ஒரு ஆள் அவனைத் தாக்கியிருக்கிறான். நிம்மோ அவனைக் கொன்றுவிட்டு அவனுக்கு இட்ட கட்டளைப்படியே அந்த பாக்கெட்டை 17 வது மாடிக்கு கொண்டு சென்றிருக்கிறான். அங்கே யார் அதை பிரித்தார்களோ அவர்களுக்கு புரிந்துவிட்டது அந்தப் புத்தகத்திற்குள் நெக்லஸ் இல்லை என்று. இதுபற்றிய தகவல் கோரோவிற்கு தெரிவிக்கப்பட்டதும் அவர் பம்பாய்க்கு திரும்பியிருக்கிறார். என்ன நடந்திருக்கிறது என்பது அவருக்குத் தெரியும் அவர் இரண்டு விஷயங்களை முடிக்க வேண்டியிருந்தது. ஒன்று அந்த நெக்லஸை திரும்பப் பெறவேண்டும். இரண்டாவது நம்மை அழித்தொழிக்க வேண்டும். அவருக்கு அதிர்ஷ்டவசமான வகையில் அந்த நெக்லஸை நாம் போலீஸிடம் ஒப்படைக்கவில்லை. நம்மை சந்தித்த பிறகுதான் கோரே உணர்ந்திருக்கிறார். எப்படியாகிலும் சன்யால் மீண்டும் வெளியே வரவேண்டியிருந்தது. சன்யால் அந்த பாக்கெட்டை உங்களிடம் கொடுத்திருந்தால் சன்யால் மட்டுமே அதை உங்களிடமிருந்து திரும்பபப் பெற முடியும். கோரேவை யாரும் சந்தேகப்பட மாட்டார்கள்."

"ஆனால் அந்த சென்ட் மணம்?"

"பொறுங்கள் அந்த விஷயத்திற்கு நானே வருகிறேன். குல்பஹார் சென்ட் பயன்படுத்தியது என்பது கோரேயின் சூழ்ச்சி நிரம்பிய மூளைக்கு ஓர் உதாரணமே ஆகும். அதற்கான தளத்தை அவர் கல்கத்தாவிலேயே ஏற்படுத்திக் கொண்டார் எப்போதெல்லாம் அந்த சென்ட் மணத்தை நீங்கள் நுகர்கிறீர்களோ அப்போதெல்லாம் சன்யால் உங்கள் நினைவில் வருவார். இந்த இரண்டும் சர்வசாதாரணமாகவே ஒன்றை ஒன்று சார்ந்ததாக மாறி விட்டது. பம்பாயில் எல்லா இடத்திலும் சன்யால் உங்களை பின்தொடர்கிறார் என்ற உணர்வு உங்களுக்கு ஏற்பட்டதல்லவா?"

"ஆமாம்"

"நல்லது. இப்போது கொஞ்சம் பின்னோக்கி யோசியுங்கள். அன்று நாம் அவரது வீட்டிற்கு சென்றிருந்தபோது திரு. கோரே நம்மை வரவேற்பறையில் விட்டுவிட்டு ஒருசில நிமிடங்களுக்கு காணாமல் போனார். உங்கள் பணத்தை எடுத்து வருவதற்காக அவர் போனது போலத்தான் தோன்றியது. சரிதானே?"

"ஆமாம்."

“அந்த நேரத்தில் வெளியே போய் லிப்டிற்குள் ஒருசில சொட்டுகள் அந்த சென்ட்-ஐ தெறித்து விட்டு வருவது ஒன்றும் கடினமான செயலல்ல. அப்படிச் செய்யமுடியும் அல்லவா? மேலிருந்து கீழ்வரை ஒவ்வொரு தளமாக சென்று மூச்சிழுத்து பார்த்தபோதிலும் வெளியே எங்குமே அந்த சென்ட் வாசனை இல்லவே இல்லை. அதிலிருந்தே அந்த சென்ட்-ஐ பயன்படுத்தும் யாரும் லிப்ட் ஐ பயன்படுத்தவில்லை என்று எனக்கு நன்றாகத் தெரிந்துவிட்டது. வேண்டுமென்றேதான் லிப்டில் அதை தெளித்திருக்கிறார்கள். அதே போலத்தான் லோட்டஸ் தியேட்டருக்கு வெளியே நமது காரை நிறுத்தியிருந்தபோது கோரே அவரது ஆள் யாரையாவது ஜன்னல் வழியாக ஒரு சில சொட்டுகளை இருக்கையில் தெளித்துவரச் சொல்லியிருக்கக்கூடும். அது மிகவும் சுலபமானதும் கூட.”

ஃபெலுடா அதை விளக்கிய பிறகு எல்லாமே எளிதாகத்தான் தோன்றியது. இப்போது லால்மோகன் பாபு கதை முழுவதையும் நன்றாகவே உள்வாங்கிக் கொண்டுவிட்டார் என்றும் தெரிந்தது. இருந்தபோதிலும் அவரைப் பார்த்தால் மகிழ்ச்சி அடைந்ததாகத் தெரியவில்லை. இதுதான் எனக்கு வியப்பை ஏற்படுத்தியது. ஏன் அவர் முகத்தில் புன்னகையே இல்லை? இறுதியில் கோஷாலின் கேள்வி ஒன்றுதான் அனைத்தையும் மாற்றியது.

டீ சாப்பிட்டு முடிந்ததும் படப்பிடிப்பு குழுவினர் எல்லோருமே கிளம்பத் தயாரானார்கள். சூரியன் மலைகளுக்குப் பின்னே சென்று மறைந்தான். இப்போது உண்மையிலேயே நல்ல குளிரெடுத்தது. நடுக்கத்தை நாங்களும் உணர்ந்தோம். அப்போதுதான் கோஷால் எங்களை நோக்கி வேகவேகமாக நடந்து வந்தார்.

“லாலுடா ஜெட்பகதூர் படத்தின் விளம்பரப் பலகைகள் சுவரொட்டிகள் எல்லாமே வரும் வெள்ளிக்கிழமையன்று நகர் முழுவதும் எழப்போகிறது. இருந்தாலும் ஒரு விஷயம் எனக்கு தெரிய வேண்டியிருக்கிறது.” என்றார் அவர்.

“என்ன அது?”

“உங்களை எந்தப் பெயரில் அழைக்க விரும்புகிறீர்கள் அதாவது உங்களது சொந்தப் பெயரை பயன்படுத்துவதா? அல்லது புனை பெயரை பயன்படுத்துவதா?”

“புனை பெயர்தான் உண்மையான பெயர் எனது நண்பா” என்று வாய்நிறைய புன்னகையுடன் பதிலளித்தார் லால்மோகன் பாபு. “அதாவது எழுத்தில் எழுதும்போது ஜ டா யு!”

ரேயின் உலகப்புகழ் பெற்ற 20 சிறுவர் கதைத் தொகுப்புகள்

- டார்ஜீலிங்கில் ஓர் அபாயம்
- மகாராஜாவின் மோதிரம்
- கைலாஷ் சௌதுரியின் ரத்தினக்கல்
- அனுபிஸ் மர்மம்
- கேங்டாக்கில் வந்த கஷ்டம்
- தங்கக் கோட்டை
- கல்கா மெயிலில் நடந்த சம்பவம்
- கைலாஷில் ஒரு கொலையாளி
- சாவி
- வங்கப்புலி மர்மம்
- பூட்டிய பணப்பெட்டி
- பிள்ளையாருக்குப் பின்னே ஒரு மர்மம்
- பம்பாய் கொள்ளையர்கள்
- பிணம் நடந்த மர்மம்
- கல்லறை ரகசியம்
- தேவியின் சாபம்
- மரண வீடு
- மர்மமான ஒரு குடித்தனக்காரர்
- காத்மாண்டு கொள்ளையர்கள்
- நெப்போலியனின் கடிதம்

www.ingramcontent.com/pod-product-compliance
Lightning Source LLC
LaVergne TN
LVHW040821051026
849519LV00007BA/2695